ഗ്രീൻ ബുക്സ്

നിസ്സാരതയുടെ നിറപ്പകിട്ടുകൾ

മിലൻ കുന്ദേര

ചെക്ക് റിപ്പബ്ലിക്കിൽ ജനിച്ചു.
1975 മുതൽ ഫ്രാൻസിൽ താമസം.

സലില ആലക്കാട്ട് : കണ്ണൂരിൽ ഏച്ചൂരിൽ ജനനം.
വിദ്യാഭ്യാസം കൂടാളി ഹൈസ്കൂളിൽ.
ബിരുദബിരുദാനന്തരം മദ്രാസ് യൂണിവേഴ്സിറ്റി.
പോണ്ടിച്ചേരി യൂണിവേഴ്സിറ്റിയിൽനിന്ന് ഡോക്ടറേറ്റ്.
30 വർഷമായി പോണ്ടിച്ചേരിയിൽ ഫ്രെഞ്ച് ഭാഷാ അധ്യാപിക.
ഇപ്പോൾ പോണ്ടിച്ചേരി ടാഗോർ ഗവൺമെന്റ് ആർട്സ് ആന്റ്
സയൻസ് കോളേജിൽ ഫ്രെഞ്ച് ഭാഷാ വിഭാഗത്തിൽ അസോസിയേറ്റ്
പ്രൊഫസർ. 2011 മുതൽ മലയാളം മിഷൻ പ്രവർത്തക.
പരിഭാഷകൾ: സാർത്രിന്റെ ആത്മകഥയായ വാക്കുകൾ,
കമ്യുവിന്റെ നോവലായ അന്യൻ, തെരഞ്ഞെടുത്ത
കഥാസമാഹാരമായ ഫ്രെഞ്ച് കഥകൾ. യാസ്മിനാ ഖാദ്രയുടെ
l'attentat (ആക്രമണം) എന്ന കൃതിയുടെ
ഫ്രെഞ്ച് പരിഭാഷ ഗ്രീൻ ബുക്സ് പ്രസിദ്ധീകരിച്ചു.

നോവൽ
നിസ്സാരതയുടെ നിറപ്പകിട്ടുകൾ
മിലൻ കുന്ദേര

വിവർത്തനം
സലില ആലക്കാട്ട്

ഗ്രീൻ ബുക്സ്

green books private limited
gb building, civil lane road, ayyanthole,
thrissur- 680 003, kerala, ph: +91 487-2381066, 2381039
website: www.greenbooksindia.com
e-mail: info@greenbooksindia.com

original title
(french)
la fête de l'insignifiance

malayalam
nissarathayute nirappakittukal
by
milan kundera

translated by
salila alakkat

first published july 2018

copyright © 2013, milan kundera
all rights reserved

the work is published via the
publication assistance programme tagore with the
support of institut francais en inde
ambassade de france in inde and the
institut francais de paris.

all adaptation of the work for film, theatre,
television and radio are strictly prohibited

cover design : mansoor cheruppa

branches:
thrissur 0487-2422515
palakkad 0491-2546162
thiruvananthapuram 0471-2335301
calicut 0495 4854662
kannur 0497-2763038

isbn : 978-93-87357-09-9

no part of this publication may be reproduced,
or transmitted in any form or by any means,
without prior written permission of the publisher.

GBPL/1021/2018

മുഖക്കുറി

ആധുനികകാലത്തിന്റെ പൊങ്ങച്ചവർത്തമാനങ്ങളും നിരർത്ഥകസഞ്ചാരങ്ങളുടെ ജീർണതകളും വിഷാദങ്ങളും നൈരാശ്യങ്ങളും അവതരിപ്പിക്കുന്ന പോസ്റ്റ് മോഡേൺ കൃതി. ഒരു കാലിഡോസ്കോപ്പിലെന്നതു പോലെ യുവാക്കളുടെയും യുവതികളുടെയും ജീവിത ചിത്രങ്ങൾ വരച്ചെടുക്കുന്നു. ജീവിതത്തെയും രാഷ്ട്രീയത്തെയും സംബന്ധിക്കുന്ന ദാർശനിക സമസ്യകൾ ചർച്ച ചെയ്യപ്പെടുന്നു. ഫ്രഞ്ചിൽനിന്ന് മലയാളത്തിലേക്ക് നേരിട്ട് വിവർത്തനം ചെയ്ത ഗ്രന്ഥം.

കൃഷ്ണദാസ്
മാനേജിങ് എഡിറ്റർ

ഉള്ളടക്കം

ഭാഗം ഒന്ന്:
നായകന്മാർ സ്വയം പരിചയപ്പെടുത്തുന്നു 09

ഭാഗം രണ്ട്:
പാവക്കൂത്തരങ്ങ് 27

ഭാഗം മൂന്ന്:
സ്വന്തം അമ്മമാരെപ്പറ്റി ഇടയ്ക്കിടെ
ഓർത്തുപോകുന്ന അലേനും ഷാർലും 43

ഭാഗം നാല്:
നല്ല 'മൂഡ്' തേടുന്ന സുഹൃത്തുക്കൾ 59

ഭാഗം അഞ്ച്:
മച്ചിനുകീഴെ പറക്കുന്ന ചെറുതൂവൽ 51

ഭാഗം ആറ്:
മണ്ണിലിറങ്ങുന്ന മാലാഖമാർ 95

ഭാഗം ഏഴ്:
നിസ്സാരതയുടെ നിറപ്പകിട്ടുകൾ 111

ഭാഗം ഒന്ന്

നായകന്മാർ സ്വയം പരിചയപ്പെടുത്തുന്നു

പെണ്ണിന്റെ പൊക്കിളഴകിനെപ്പറ്റി ചിന്താധീനനായ അലേൻ

അതൊരു ജൂൺ മാസമായിരുന്നു. പ്രഭാതസൂര്യൻ മേഘപാളികൾക്കിടയിലൂടെ എത്തിനോക്കുമ്പോൾ അലേൻ പാരീസിലെ തെരുവിലൂടെ പതുക്കെ നടക്കുകയായിരുന്നു. അരയ്ക്ക് വളരെ കീഴെയായി ബെൽറ്റിട്ട് മുറുക്കിയ പാന്റ്സിനും തീരെ ഇറക്കമില്ലാത്ത ടീഷർട്ടിനുമിടയിലെ നഗ്നമായ പൊക്കിൾച്ചുഴി കാണിച്ചു നടക്കുന്ന പെൺകൊടികളെ നോക്കിക്കൊണ്ട്. അവർ അവനെ അക്ഷരാർത്ഥത്തിൽ തടവിലാക്കി, ശരിക്കും ആശയക്കുഴപ്പത്തിലാക്കി. (നിതംബങ്ങളിലോ, തുടകളിലോ, മുലകളിലോ ആയിരുന്നില്ല ആ പെൺകൊടികളുടെ വശീകരണശക്തി കേന്ദ്രീകരിച്ചിരുന്നത്. മറിച്ച് ശരീരമദ്ധ്യത്തിലുള്ള വട്ടത്തിലുള്ള ആ കൊച്ചുകുഴിയിലായിരുന്നു) അത് ചിന്തിക്കാനുള്ള വക അവന് നൽകി. ഒരു മനുഷ്യൻ (ഒരു തലമുറ അല്ലെങ്കിൽ ഒരു യുഗം) സ്ത്രൈണവശീകരണത്തിന്റെ കേന്ദ്രബിന്ദുവായി പെണ്ണിന്റെ തുടകളെയാണ് കണക്കാക്കുന്നതെങ്കിൽ കാമോദ്ദീപനത്തിന്റെ സവിശേഷത എങ്ങനെയായിരിക്കും നിർവ്വചിക്കുകയും വിശദീകരിക്കുകയും ചെയ്യുക? അതിനൊരുത്തരം അവൻ കണ്ടെത്തി. കാമസംതൃപ്തിയിലേക്ക് നയിക്കുന്ന ദൈർഘ്യമേറിയ വ്യാമോഹപാതയുടെ രൂപകാലങ്കാര ചിത്രമാണ് തുടയുടെ നീളം. അവ നീളമുള്ളതായിരിക്കണമെന്ന് പറയുന്നതതുകൊണ്ടാണ്. ഒരു വിധത്തിൽ നോക്കിയാൽ ലൈംഗികവേഴ്ചയ്ക്കിടയിലും പെണ്ണിന് അപ്രാപ്യതയുടെ

കാല്പനികമായ മാന്ത്രികത തുടകളുടെ നീളം പ്രദാനം ചെയ്യുന്നു.

ഒരു പുരുഷൻ, സ്ത്രൈണവശീകരണത്തിന്റെ കേന്ദ്ര ബിന്ദു പെണ്ണിന്റെ നിതംബത്തിൽ (അല്ലെങ്കിലൊരു യുഗം) കാണുകയാണെങ്കിൽ കാമോദ്ദീപനത്തിന്റെ പ്രത്യേകത എങ്ങനെയായിരിക്കും നിർവ്വചിക്കുകയും വിശദീകരിക്കുകയും ചെയ്യുക? അവൻ അതിനും ഒരു ഉത്തരം കണ്ടെത്തി. മൃഗീയമായ പാരുഷ്യം, മാനസികോല്ലാസം, എന്നിവ ലൈംഗിക സംതൃപ്തിയിലേക്കുള്ള കുറുക്കുവഴികളാണ്, കാമ സംതൃപ്തി വർദ്ധിപ്പിക്കുന്ന വഴികൾ. മാത്രമല്ല സ്ത്രീയെ പവിത്രീകരിക്കൽ, യേശുക്രിസ്തുവിനെ മുലയൂട്ടുന്ന കന്യാമറിയം എന്നിവ സ്ത്രീലൈംഗികതയുടെ പാവനദൗത്യത്തിനുമുന്നിൽ മുട്ടുകുത്തിയ പുരുഷലൈംഗികതയുടെ കേന്ദ്രബിന്ദുവുമാണ്.

എന്നാൽ കാമോദ്ദീപനത്തിന്റെ കേന്ദ്രബിന്ദുവായി പെണ്ണിന്റെ ശരീരമദ്ധ്യത്തിലെ പൊക്കിൾക്കുഴി കാണുന്ന ഒരാണിന്റെ കാമോന്മാദം എങ്ങനെയാണ് നിർവ്വചിക്കുക?

ല്യുക്സാംബുർഗ് പൂന്തോട്ടത്തിലൂടെ ഉലാത്തുന്ന റമോങ്

സ്ത്രൈണവശീകരണത്തിന്റെ വിവിധസ്രോതസ്സുകളെപ്പറ്റി അലേൻ ചിന്തിച്ചിരുന്ന അതേസമയം, ല്യുക്സാംബുർഗ് പൂന്തോട്ടത്തിന് തൊട്ടടുത്തുള്ള മ്യൂസിയത്തിനു മുന്നിലായിരുന്നു റമോങ്. ഒരു മാസത്തോളമായി അവിടെ ഷഗാളിന്റെ ചിത്രപ്രദർശനമുണ്ടായിരുന്നു. അവൻ അത് കാണണമെന്നാഗ്രഹമുണ്ടായിരുന്നെങ്കിലും ഇഴഞ്ഞുനീങ്ങുന്ന, അന്തമില്ലാത്ത ആ ക്യൂവിന്റെ ഭാഗമായി മാറാനാവശ്യമായ ക്ഷമ ഉണ്ടായിരുന്നില്ല. ക്യൂവിൽ നിൽക്കുന്ന ജനക്കൂട്ടത്തെ അവൻ നോക്കി മടുത്ത് മരവിച്ചിരിക്കുന്ന അവരുടെ മുഖങ്ങൾ നോക്കി അവരുടെ ശരീരഭാഗങ്ങളാലും ഇടതടവില്ലാത്ത സംസാരങ്ങളാലും മറഞ്ഞുപോകുന്ന ആ ചിത്രങ്ങൾ ഭാവനയിൽ കണ്ടു.

ഒരു നിമിഷം അതൊന്ന് കണ്ണോടിച്ച് നോക്കി പിന്തിരിഞ്ഞ് പാർക്കിന് കുറുകെയുള്ള വഴിയിലേക്കിറങ്ങി നടന്നു.

വളരെ സുഖകരമായ അന്തരീക്ഷമായിരുന്നു അവിടെ. ജനക്കൂട്ടം കുറവായിരുന്നുവെങ്കിലും അവർ ഏറെ സ്വതന്ത്രരായി കാണപ്പെട്ടു. ചിലർ ഓടുന്നുണ്ടായിരുന്നു. അവരോടുന്നത് തിരക്ക് കൊണ്ടായിരുന്നില്ല. ഓടുന്നതിലുള്ള ഇഷ്ടം കാരണം അതാസ്വദിച്ച് ചെയ്യുകയായിരുന്നു. ഐസ്ക്രീം കഴിച്ചുകൊണ്ട്, സൊറ പറഞ്ഞ് നടക്കുന്നവരേയും കാണാമായിരുന്നു. പുൽത്തകിടിയിലെ മരങ്ങൾക്കിടയിൽ ഏഷ്യൻ സ്കൂളിലെ ഒരു കൂട്ടം വിദ്യാർത്ഥികൾ പതുക്കെ ശരീരം ചലിപ്പിച്ചുകൊണ്ട് തീർത്തും വ്യത്യസ്തമായ യോഗാഭ്യാസമുറകൾ പരിശീലിക്കുന്നുണ്ടായിരുന്നു. അതിനും വളരെയകലെയായി, ഒരു വൃത്തത്തിനുള്ളിലായി ഫ്രാൻസിലെ രാജ്ഞിമാരുടെയും പ്രശസ്തരായ പ്രഭ്വികളുടെയും വെള്ളനിറത്തിലുള്ള ശിലകൾ കാണാമായിരുന്നു. അതിനുമേറെ അകലെയായി മരങ്ങൾക്കിടയിലുള്ള പുല്പരപ്പിൽ അവിടെയുമിവിടെയുമായി കവികളുടേയും ചിത്രകാരന്മാരുടേയും ശാസ്ത്രജ്ഞരുടേയും കൊത്തിവെച്ച രൂപങ്ങളും.

ബൽസാക്, ബെർലിയോസ്, യൂഗോ, ഡ്യൂമാ എന്നിവരുടെ മുഖംമൂടികൾ, വെയിലത്ത് നടന്നുകൊണ്ട് വിൽക്കുന്ന വളരെ ആകർഷവാനായ ഒരു ചെറിയ പയ്യന്റെ മുന്നിലെത്തിയപ്പോൾ റമോങ് പൊട്ടിച്ചിരിച്ചുപോയി. അവൻ ആ ബഹുമുഖപ്രതിഭകളോടൊത്ത് നടക്കാൻ തുടങ്ങി. മറ്റ് നടത്തക്കാരിലൊരാൾപോലും ആ ശിലകളുടെ മുഖം നന്നായൊന്ന് നോക്കാനോ, ആ ശിലാഫലകങ്ങളിലെ ലിഖിതങ്ങൾ വായിക്കാനോ വേണ്ടി നടത്തം നിർത്തിയിരുന്നില്ല. മറ്റുള്ളവരുടെ ഒരു കാര്യത്തിലും തലയിടാത്ത ആ നടത്തക്കാരാൽ ചുറ്റപ്പെട്ട ആ ശിലകളിലെ മഹദ് വ്യക്തികൾ എല്ലാവരും സുഖകരമായ സ്വാതന്ത്ര്യമനുഭവിച്ചിരിക്കാമെന്ന് അവന് തോന്നി. ആ നിസ്സംഗത ആശ്വാസമേകുന്ന ശാന്തത അവനിൽ പകർന്നു

തന്നു. അവന്റെ മുഖത്ത് പതുക്കെപ്പതുക്കെ സന്തോഷകര മായൊരു പുഞ്ചിരി വിടർന്നു.

കാൻസർ ബാധിച്ചിരിക്കില്ലായിരുന്നു

ഷഗാളിന്റെ പ്രദർശനത്തിന് റമോങ് പോവാതിരിക്കാൻ തീരുമാനിച്ചു. പാർക്കിലൂടെ ഉലാത്താൻ വിചാരിച്ച അതേ സമയത്ത് ദർദെലോ അവന്റെ ഡോക്ടറുടെ മുറിയിലേ ക്കുള്ള പടികൾ കയറുകയായിരുന്നു. പിറന്നാൾദിനത്തിന് ഇനിയും മൂന്നാഴ്ചകൾ കൂടിയുണ്ട്. കുറെ വർഷങ്ങളായി അവൻ പിറന്നാളുകൾ വെറുത്തുതുടങ്ങിയിരുന്നു. ചേർ ത്തെഴുതുന്ന, പ്രായം കുറിക്കുന്ന സംഖ്യയായിരുന്നു അതിന് കാരണം. എങ്കിലും അവനത് തീരെ വേണ്ടെന്നു വെച്ചിട്ടു മില്ല. കാരണം വയസ്സാകുന്നുവെന്ന നാണത്തേക്കാളേറെ പിറന്നാളാഘോഷം തരുന്ന ആനന്ദത്തിനായിരുന്നു മുൻ തൂക്കം കൊടുത്തിരുന്നത്. അതിലുപരിയായി ഡോക്ടറു മായുള്ള കൂടിക്കാഴ്ച പിറന്നാളാഘോഷത്തിന് ഒരു വ്യത്യസ്ത മുഖം നൽകിയുമിരുന്നു. അവന്റെ ശരീരത്തിൽ കാണപ്പെട്ട രോഗലക്ഷണങ്ങൾ കാൻസർ കാരണമായി രുന്നോ എന്ന് തീരുമാനിക്കാനായി എടുത്ത എല്ലാ വിദഗ്ധ പരിശോധനകളുടെയും അന്തിമഫലമറിയുന്നത് ഇന്നായി രുന്നു. രോഗികളുടെ കാത്തിരിപ്പുമുറിയിലിരുന്ന് പതിഞ്ഞ, വിറയ്ക്കുന്ന ശബ്ദത്തിൽ അവൻ മനസ്സിലങ്ങനെ അടക്കം പറഞ്ഞു. മൂന്നാഴ്ചകൾക്കുള്ളിൽ, അകലെയുള്ള അവന്റെ പിറവിയും അടുത്തുകൊണ്ടിരിക്കുന്ന മരണവും ഒരേ വേള യിലാഘോഷിക്കുമെന്ന്. അവൻ ഒരു ഇരട്ട ആഘോഷം നട ത്തുമെന്ന്.

എന്നാൽ ഡോക്ടറുടെ പുഞ്ചിരിക്കുന്ന മുഖം കണ്ട പ്പോൾ മരണം ക്ഷണിക്കപ്പെട്ടിട്ടില്ലെന്നവന് ബോദ്ധ്യമായി. ഒരു സഹോദരനോടെന്നപോലെ സ്നേഹപൂർവ്വം ഡോക്ടർ

കൈകൾ പിടിച്ചമർത്തി. നിറകണ്ണുകളുമായി നിന്ന ദർദെലോവിന് ഒരു വാക്കുപോലും ഉരിയാടാൻ കഴിഞ്ഞില്ല.

ഒബ്സെർവാത്വാർ എന്ന അവന്യൂവിലായിരുന്നു ഡോക്ടറുടെ ക്ലിനിക്ക്. ല്യുക്സാംബൂർഗ് പൂന്തോട്ടത്തിൽ നിന്നും നൂറടി അകലെ, പാർക്കിന്റെ മറുഭാഗത്തുള്ള ഒരു ചെറിയ തെരുവിലാണ് ദർദലൊ താമസിച്ചിരുന്നത്. അവൻ പൂന്തോട്ടം വഴി വീട്ടിലേക്ക് തിരിച്ചുനടന്നു. ആ പച്ചപ്പിലൂടെയുള്ള നടത്തം അവന്റെ മനസ്സിന് നവോന്മേഷം നൽകി. പ്രത്യേകിച്ചും ഫ്രാൻസിന്റെ പഴയ രാജ്ഞിമാരുടെ ശിലകളാൽ അലംകൃതമായ വൃത്തം അവൻ വലംവച്ചപ്പോൾ, വെള്ള മാർബിളിൽ കൊത്തിയെടുത്ത ഗാംഭീര്യത്തോടെയുള്ള അവരുടെ നിൽപ്പ് കണ്ടപ്പോൾ, അവന് ശരിക്കും രസം തോന്നി. ഒപ്പം സന്തോഷവും. അവന് കിട്ടിയ നല്ല വാർത്തയിൽ പങ്കുചേരാനായി അവരൊക്കെ കാത്തിരിക്കുന്നതു പോലെ അവന് തോന്നി. മനസ്സിന്റെ ആനന്ദത്തുടിപ്പടക്കി വെക്കാനാവാതെ, രണ്ടുമൂന്നുതവണ കയ്യുയർത്തി വീശി അഭിവാദ്യം ചെയ്ത് അവൻ പൊട്ടിച്ചിരിച്ചു.

ഒരു മഹാവ്യാധിയുടെ രഹസ്യചാരുത

അവിടെയെവിടെയോ, മാർബിളിൽ കൊത്തിവെച്ച ആ പ്രഭ്വികൾക്കടുത്തെവിടെയോവെച്ചായിരുന്നു പേരോർക്കാത്ത ഒരു സ്ഥാപനത്തിൽ സഹജോലിക്കാരനായിരുന്ന ദർദെലൊവിനെ കഴിഞ്ഞവർഷം റമോങ് കണ്ടുമുട്ടിയത്. നടത്തം നിർത്തി മുഖാമുഖം നോക്കി പതിവ് അഭിവാദ്യങ്ങൾക്കുശേഷം ദർദെലൊ വികാരപരവശമായ സ്വരത്തിൽ പറഞ്ഞുതുടങ്ങി.

“സുഹൃത്തേ, നിനക്കീ ലഫ്രാങ്കിനെ അറിയില്ലേ? അവളുടെ പ്രിയതമൻ മരിച്ചിട്ട് രണ്ട് നാളുകളായി.” അതും പറഞ്ഞ് അവൻ സംസാരം നിർത്തിയപ്പോൾ റമോങിന്റെ

ഓർമ്മയിൽ ചിത്രങ്ങളിലൂടെ മാത്രം അവനറിഞ്ഞ ഒരു സുന്ദരിയുടെ മുഖം തെളിഞ്ഞു.

"തീർത്തും അസഹനീയമായ വേദന. ജീവിതം അവൾ അവനോടൊപ്പം അനുഭവിച്ചുതീർത്തു. പക്ഷേ അവൾ സഹിച്ച കഷ്ടമുണ്ടല്ലോ?" അവൻ തുടർന്നു.

അവന്റെ വിവരണത്തിൽ ആകൃഷ്ടനായ റമോങ് ശോക കഥ പറയുന്ന, അവന്റെ സന്തോഷം നിറഞ്ഞു തുളുമ്പുന്ന ആ മുഖം നോക്കിക്കൊണ്ടിരുന്നു. "കാലത്ത് മരണപ്പെട്ട പ്രിയതമനെ നെഞ്ചോട് ചേർത്ത് തേങ്ങലടക്കിയിരുന്ന അവൾ അതേ ദിവസം രാത്രി എന്നോടും സുഹൃത്തുക്ക ളോടുമൊപ്പം അത്താഴം കഴിച്ചെന്നും അപ്പോഴവൾ തീർത്തും സന്തോഷവതിയായി കാണപ്പെട്ടെന്നുമൊക്കെ പറഞ്ഞാൽ നിങ്ങൾക്കത് വിശ്വസിക്കാൻ പറ്റുമോ? ഇല്ല..."

"നിങ്ങളത് വിശ്വസിക്കുകയില്ല. ഞാനവളെ ആരാധി ക്കുന്നു. സങ്കടങ്ങൾ ഉള്ളിലടക്കിയ അവളുടെ ആ ആന്ത രികശക്തിയെ. ജീവിതത്തോടുള്ള ആ ആസക്തിയെ. വേദന യാൽ കലങ്ങി കരഞ്ഞുചുവന്ന കണ്ണുകളാൽ അവൾ ചിരി ക്കുകയായിരുന്നു. അവൾ അവനെ എത്രമാത്രം പ്രേമിച്ചി രുന്നെന്ന് ഞങ്ങൾക്കെല്ലാവർക്കും നന്നായി അറിയുന്ന താണ്. അവളെത്രയേറെ പിടപിടച്ചിട്ടുണ്ടാവും? അവൾ ശരിക്കുമൊരു ദേവത തന്നെ."

കൃത്യം കാൽമണിക്കൂർ മുന്നേ ഡോക്ടറുടെ ക്ലിനിക്കി ലുണ്ടായിരുന്നപ്പോൾ ദർദെലൊവിന്റെ കണ്ണുകളിൽ കണ്ണു നീർ വെട്ടിത്തിളങ്ങുന്നുണ്ടായിരുന്നു. ലഫ്രാങ്കിന്റെ മനഃ ശക്തിയെക്കുറിച്ച് കേട്ടപ്പോൾ അവൻ അവനെപ്പറ്റിത്തന്നെ യായിരുന്നു ആലോചിച്ചത്. താനും ഒരു മാസത്തോളമായി മരണവുമായി മല്ലിടുകയായിരുന്നില്ലേ? ദുർഘടമായ പരീക്ഷ ണത്തിലൂടെ കടന്നുപോകുമ്പോഴും സ്വന്തം കരുത്തുകൊണ്ടു മാത്രം പിടിച്ചുനിൽക്കുകയായിരുന്നില്ലേ? ഇന്ന് അതൊരു നേരിയ ഓർമ്മയാണെങ്കിലും ചെറിയ ഒരു ബൾബിനുള്ളിൽ

നിന്ന് ഇടതടവില്ലാതെ ചൊരിയുന്ന വെള്ളിവെളിച്ചംപോലെ കാൻസർ അവന്റെയുള്ളിലെ ഒരതിശയമായിരിക്കുന്നു. എങ്കിലും ഈ വികാരങ്ങളെയൊക്കെ അതിജീവിച്ച് അവൻ ഒരു ഒഴുക്കൻ ശബ്ദത്തിൽ പറഞ്ഞു. "ഒരു കാര്യമുണ്ട് - നല്ലൊരു കോക്ക്ടെയ്ൽ പാർട്ടി സംഘടിപ്പിക്കാനും ഭക്ഷണവും മറ്റു കാര്യങ്ങളുമൊക്കെ ഏർപ്പാടാക്കാനും പറ്റുന്ന ആരെയെങ്കിലും നിങ്ങൾക്കറിയുമോ?"

"എനിക്കറിയാം" റമോങ് പറഞ്ഞു.

"എന്റെ പിറന്നാളിന് ഞാനൊരു പാർട്ടി കൊടുക്കുന്നുണ്ട്."

ദർദെലൊ പറഞ്ഞു.

മാഡം ഫ്രാങ്കിനെപ്പറ്റിയുള്ള വേദനാജനകമായ അഭിപ്രായത്തിനുശേഷം ദർദെലൊ പറഞ്ഞ വാചകത്തിന്റെ ലാഘവം റമോങിനെ ചിരിപ്പിച്ചു.

"നിന്റെ ജീവിതം സന്തോഷമയമാകുന്നത് ഞാൻ കാണുന്നുണ്ട്."

ദർദലൊവിന് ഈ പരാമർശം ഇഷ്ടപ്പെട്ടില്ല. അവന്റെ ആ നല്ല മൂഡിന്റെ അനന്യസൗന്ദര്യം, സർവ്വസാധാരണമായ ആ സൗമ്യസ്വരം നശിപ്പിച്ചുകളഞ്ഞതുപോലെ തോന്നി. മരണത്തിന്റെ ശോകരസത്താൽ മാന്ത്രികമായി അടയാളപ്പെടുത്തിയതായിരുന്നെങ്കിലും അതിന്റെ ഓർമ്മ അവനിൽ നിന്നും വിട്ടുപോയിരുന്നില്ല.

"ശരിയാണ്, ഇപ്പോൾ പ്രശ്നങ്ങളൊന്നുമില്ല." ഒരു നിമിഷത്തിന്റെ മൗനത്തിനുശേഷം അവൻ പറഞ്ഞു.

"...എന്നാലും..."

വീണ്ടും ഒന്നു നിർത്തി അവൻ തുടർന്നു.

"അറിയാലോ, ഞാനെന്റെ ഡോക്ടറുടെ അടുത്ത് നിന്ന് നേരെ വരുന്നതാണ്."

അവന്റെ മുഖത്തെ സംഭ്രമം അവന് ഇഷ്ടപ്പെട്ടു. മൗനം

17

തുടർന്നപ്പോൾ റമോണ്ടിന് ചോദിക്കേണ്ടി വന്നു. "അപ്പോൾ പ്രശ്നങ്ങളൊന്നുമില്ലല്ലോ?"

"ഡോക്ടറെന്താണ് പറഞ്ഞത്?"

ആ നിമിഷം, ഒരു കണ്ണാടിയിലെന്നപോലെ റമോണ്ടിന്റെ കണ്ണുകളിൽ ദർദലൊ സ്വന്തം മുഖം കണ്ടു. പ്രായമായെങ്കിലും സുന്ദരനായ ഒരു മനുഷ്യന്റെ മുഖം, ആ മുഖത്തിലൊളിഞ്ഞു കിടക്കുന്ന എന്തോ ഒരു വേദന. അതവനെ ഏറെ ആകർഷവാനാക്കിയിരുന്നു. സുന്ദരമായ വേദന കടിച്ചമർത്തുന്ന ഈ മനുഷ്യൻ ഇതാ തന്റെ പിറന്നാളാഘോഷിക്കാൻ പോവുകയാണെന്ന കാര്യം തന്റെ പ്രതിച്ഛായ നോക്കി അവൻ പറഞ്ഞു.

ഡോക്ടറുടെ അടുത്തുപോകുന്നതിനു മുന്നേവരെ അവൻ താലോലിച്ച ആ ചിന്ത പൊടുന്നനെ അവനിൽ കയറി. ഇരട്ടി ആഘോഷമെന്ന വശീകരിക്കുന്ന ചിന്ത, ജനനവും മരണവും ഒരേസമയത്ത് ആഘോഷിക്കുക എന്ന ആശയം, സ്വന്തം രൂപം നോക്കിക്കൊണ്ട് വളരെ ശാന്തമായതും മൃദുവായതുമായ സ്വരത്തിലവൻ പറഞ്ഞു. "കാൻസറാണ്"

പൊടുന്നനെ അവന്റെ കൈ ദർദലൊവിന്റെ കൈകളിൽ സ്നേഹപൂർവ്വം ചേർത്തുവെച്ച് റമോണ്ട് പതുക്കെപ്പറഞ്ഞു.

"അത് ചികിത്സിച്ച് മാറ്റാവുന്നതേയുള്ളൂ..."

"എന്തു ചെയ്യാം. വളരെ വൈകിപ്പോയി. ഞാൻ ഇപ്പോ പറഞ്ഞതങ്ങ് മറന്നുകളയൂ. ഇതാരോടും ഒരിക്കലും പറയരുത്. പിന്നെ എന്റെ കോക്ക്ടെയ്ൽ പാർട്ടിയുടെ കാര്യം ഗൗരവമായെടുക്കണം. ജീവിക്കണമല്ലോ." ഇതും പറഞ്ഞുകൊണ്ട് നടത്തം തുടരുന്നതിനു മുന്നേ യാത്ര പറയുന്നതുപോലെ അവൻ കൈയുയർത്തി വീശി. ശങ്കിച്ചുകൊണ്ട് ആ ശരീരചലനം അവനിലൊരു അപ്രതീക്ഷിത ആകർഷണീയത ഉളവാക്കി. അത് റമോണ്ടിനെ ശരിക്കും വികാരതരളിതനാക്കി.

വിശദീകരണമില്ലാത്ത കള്ളം, വിശദീകരണമില്ലാത്ത ചിരി

പഴയ രണ്ട് സുഹൃത്തുക്കളുടെ സംഗമം അങ്ങനെ സമാപിച്ചു. എങ്കിലും എനിക്കൊരു ചോദ്യം ചോദിക്കാതിരി ക്കാൻ കഴിഞ്ഞില്ല. എന്തിനായിരുന്നു ദർദലൊ കള്ളം പറഞ്ഞിരുന്നത്?

ഇതേ ചോദ്യം... ഉടനടി ദർദലൊ തന്നെ ചോദിച്ചിരുന്നെ ങ്കിലും അവനും അതിന് ഉത്തരമറിയില്ലായിരുന്നു. നുണ പറഞ്ഞതിലും അവന് നാണക്കേടുമില്ലായിരുന്നു. അതിന്റെ കാരണം മനസ്സിലാക്കാൻ പറ്റാത്തതാണ് അവനെ കുഴപ്പ ത്തിലാക്കിയത്. ഒരാൾ സാധാരണയായി കള്ളം പറയുന്നത് ആരെയെങ്കിലും ചതിക്കാനോ അതിലൂടെ എന്തെങ്കിലും ലാഭമുണ്ടാക്കാനോ വേണ്ടിയാണ്. പക്ഷേ കാൻസറുണ്ടെന്ന് പറഞ്ഞിട്ടെന്ത് നേടാനാണ്?

ആകാംക്ഷയോടെ, ആ നുണയുടെ നിരർത്ഥകതയെ പ്പറ്റിയാലോചിച്ചപ്പോൾ ചിരിക്കാതിരിക്കാനായില്ല. ആ ചിരി യുടെ അർത്ഥം അവനുതന്നെ മനസ്സിലാക്കാൻ കഴിഞ്ഞില്ല. എന്തിനാണ് ചിരിച്ചത്? അങ്ങനെ തമാശയുള്ളൊരു സന്ദർഭം സൃഷ്ടിക്കുകയായിരുന്നില്ല തെല്ലുപോലും അവന്റെ സദുദ്ദേശ്യം. വെറുതെ, എന്തിനെന്നറിയാതെ, ഭാവനയിലെ കാൻസർ അവനെ ആനന്ദിപ്പിച്ചു. വഴിയേ നടന്ന് അവൻ വീണ്ടും ചിരിച്ചുകൊണ്ടിരുന്നു. ചിരിയിലൂടെ നല്ല മൂഡിലെ ത്തിയ അവൻ ആഹ്ലാദഭരിതനായി.

ഷാർലിന്റെ വീട്ടിൽ റമോങ് സന്ദർശനത്തിനെത്തുന്നു

ദർദലൊവിനെക്കണ്ട് ഒരു മണിക്കൂറിനുശേഷം റമോങ് ഷാർലിന്റെ വീട്ടിലെത്തി. "നിനക്ക് ഞാൻ പാരിതോഷിക മായൊരു കോക്ക്ടെയ്ൽ പാർട്ടി നല്കാൻ പോകുന്നു" അവൻ പറഞ്ഞു.

"ഭേഷ്!" ... ഈ വർഷം ശരിക്കും അതിന്റെ ആവശ്യമുണ്ടായിരിക്കും." ഷാർല് സുഹൃത്തിനോട് മുന്നിലുള്ള ഒരു ഉയരം കുറഞ്ഞ മേശയ്ക്കു മുന്നിൽ ഇരിക്കാനാവശ്യപ്പെട്ടു.

"നിനക്കൊരു സമ്മാനം. പിന്നെ കലിബാങ് എവിടെയാണിപ്പോൾ?"

"എവിടെയുണ്ടാകാനാണവൻ? അവന്റെ വീട്ടിൽ ഭാര്യയോടൊപ്പം.

"അവൻ ഇപ്പോഴും നിന്നോടൊപ്പം കോക്ക്ടെയ്ൽ പാർട്ടികൾ നടത്താറുണ്ടെന്നാണെന്റെ പ്രതീക്ഷ."

"അതേയതേ. നാടകക്കാരൊന്നും ഇപ്പോൾ അവനെ കണക്കിലെടുക്കുന്നില്ല." മേശപ്പുറത്ത് സാമാന്യം തടിച്ചൊരു പുസ്തകം റമോങ് കണ്ടു. അവൻ മുന്നോട്ടാഞ്ഞ് വലിഞ്ഞ് അതൊന്നു നോക്കി. അദ്ഭുതം മറച്ചുവെക്കാനായില്ല.

"നികിത ക്രൂഷ്ച്ചേവിന്റെ സ്മരണകൾ."

"അതെങ്ങനെയാണിവിടെ?"

"ഞങ്ങളുടെ അദ്ധ്യാപകൻ സമ്മാനമായി നൽകിയതാണ്."

"അതിൽ അയാൾ എന്തായിരിക്കും രസകരമായി കണ്ടത്?"

"അദ്ദേഹം, ചില ഖണ്ഡികകൾ എനിക്കായി അടിവരയിട്ടു തന്നിട്ടുണ്ട്. ഞാൻ വായിച്ചതൊക്കെ വളരെ രസകരവുമായിരുന്നു."

"രസകരമോ?"

"ആ ഇരുപത്തിനാല് പാലാരിപ്പക്ഷികളുടെ കഥ"

"എന്താ?"

"നിനക്കറിയില്ലേ? ഇരുപത്തിനാല് പക്ഷികളുടെ കഥ. അതോടെയായിരുന്നു ലോകത്തിൽ ഒരു വലിയ മാറ്റം സംഭവിച്ചത്."

“ലോകത്തിൽ ഒരു വലിയ മാറ്റമോ? അതിൽ കുറഞ്ഞൊന്നും നടന്നില്ലേ?”

“കുറഞ്ഞൊന്നുമില്ല.”

“ശരി പറയൂ, എന്ത് പാർട്ടി? ആരുടെ വീട്ടിൽ?”

റമോങ് അവന് വിശദീകരിച്ചുകൊടുത്തു. അപ്പോൾ ഷാർല് ചോദിച്ചു: “ഇതാരാണ് ഈ ദർദലൊ? എന്റെ മറ്റെല്ലാ ഉപഭോക്താക്കളെയുംപോലെ ഒരു ആൺകഴുത?”

“ഹാ, അതുതന്നെ.”

“അവന്റെ വിഡ്ഢിത്തം ഏതുമാതിരിയാണ്?”

“ഇതുപോലെയാണവന്റെ വിഡ്ഢിത്തം...” റമോങ് ആവർത്തിച്ചു പറഞ്ഞു.

പിന്നീടവൻ ചോദിച്ചു

“നിനക്ക് ക്വക്ക്‌ലിക്കിനെ അറിയാമോ?”

പ്രതിഭയെക്കുറിച്ചും നിസ്സാരതയെക്കുറിച്ചുമുള്ള റമോങിന്റെ പാഠം

എന്റെ പഴയ സുഹൃത്തായ ക്വക്ക്‌ലിക് അറിവിൽപ്പെട്ടതിലേറ്റവും മുന്തിയ സ്ത്രീലമ്പടനാണ്. ദർദലൊവും അവനുമുള്ള ഒരു സൽക്കാരത്തിന് ഒരിക്കൽ ഞാൻ പോയിരുന്നു. അവർക്കന്യോന്യം അറിയില്ലായിരുന്നു. യാദൃച്ഛികമായി ആൾക്കൂട്ടം നിറഞ്ഞ ഒരു മുറിയിൽ നില്ക്കുകയായിരുന്നു അവർ. ദർദലൊ എന്റെ സുഹൃത്തിനെ ഒരിക്കൽ പോലും ശ്രദ്ധിച്ചിരുന്നില്ല. കാണാൻ ചന്തമുള്ള ചില പെണ്ണുങ്ങളുണ്ടായിരുന്നു അവിടെ. ദർദലൊവിന് അവരോട് ശരിക്കും ഭ്രാന്തായിരുന്നു. അവരുടെ ശ്രദ്ധയിൽപ്പെടാനായി എന്തും ചെയ്യാൻ തയ്യാറായിരുന്നു. അന്ന് രാത്രി അവന്റെ വായിൽനിന്നും വെടിക്കെട്ട് പോലെ തമാശകൾ പൊട്ടിത്തെറിച്ചു.

“പ്രശ്നക്കാരൻ?”

“ഹേയ്! അതിന്റെ നേർവിപരീതം. അവന്റെ തമാശകൾ പോലും എപ്പോഴും സദ്ഗുണപരമാണ്. ശുഭപ്രതീക്ഷ യുള്ളതും. നേരായതുമാണ് എങ്കിലും അവ അതിസൂക്ഷ്മത യോടെ കൈകാര്യം ചെയ്യുന്നതും നിഗൂഢവും ഒറ്റയടിക്ക് മനസ്സിലാക്കാൻ കഴിയാത്തതും പെട്ടെന്ന് മാറ്റൊലിയുണ്ടാ ക്കാതെ മറ്റുള്ളവരുടെ ശ്രദ്ധ പിടിച്ചുപറ്റത്തക്കവിധത്തിലു ള്ളതുമായിരുന്നു. എന്നാൽ അവനിൽ ചിരിപൊട്ടാനായി മൂന്നോ നാലോ നിമിഷങ്ങൾ കാത്തിരിക്കണം. അതിനു ശേഷം മറ്റുള്ളവർ ആ തമാശയുടെ പൊരുൾ മനസ്സിലാ ക്കാനും അവന്റെ ചിരിയിൽ പങ്കുചേരാനുമായി വീണ്ടുമല്പ നേരം കൂടി ക്ഷമയോടെ കാത്തിരിക്കണം. പിന്നെ എല്ലാ വരും ചേർന്ന് കൂട്ടച്ചിരിയിലെത്തുംവരെ, അവന്റെ ഈ ശൈലിയെ മാനിക്കണമെന്ന് ഞാനഭ്യർത്ഥിക്കുന്നു. പിന്നീട് അവനിൽ ഗൗരവഭാവം നിഴലിക്കും. തീർത്തും നിഷ്പക്ഷ മായി, നിസ്സംഗതയോടെ സദസ്സിനെ വീക്ഷിക്കും. എന്നിട്ട് രഹസ്യമായി അല്പം പൊങ്ങച്ചത്തോടെ അവരുടെ ചിരി യിൽ ആനന്ദം കൊള്ളും.”

“ക്വക്ക്ലിക്കിന്റെ വഴി തീർത്തും വിഭിന്നമാണ്. മിണ്ടാ തിരിക്കുന്നത് നോക്കണ്ട. കൂട്ടുകാരോടൊപ്പമുള്ളപ്പോൾ വളരെ പതിഞ്ഞ ശബ്ദത്തിൽ നിർത്താതെ എന്തെങ്കിലും ചറപറ പറഞ്ഞുകൊണ്ടിരിക്കുന്നുണ്ടാവും. അത് സംസാര മായി തോന്നില്ല. വിസിലടിക്കുന്നതുപോലെയുണ്ടാകും. അവൻ പറയുന്നതൊന്നുംതന്നെ ആരും ശ്രദ്ധിക്കുക യുമില്ല.”

ചാൾസ് ചിരിച്ചു.

“ചിരിക്കണ്ട കേട്ടോ. മറ്റുള്ളവരുടെ ശ്രദ്ധ പിടിച്ചുപറ്റാതെ സംസാരിക്കുന്നതത്ര എളുപ്പമൊന്നുമല്ല. കേൾക്കപ്പെടാതെ എന്നുമിങ്ങനെ സംസാരിച്ചുകൊണ്ടിരിക്കുക. അതിന് ശരിക്കും ധാർമ്മികത ആവശ്യമാണല്ലോ. - ധാർമ്മികത യുടെ അർത്ഥം എനിക്ക് പിടികിട്ടിയില്ല - മൗനമാണ്

കൂടുതൽ ശ്രദ്ധ ക്ഷണിച്ചുവരുത്തുക. അതെന്തും ആകർഷ
ണീയമാക്കും. നിങ്ങളിലൊരു നിഗൂഢതയുളവാക്കും. അല്ലെ
ങ്കിൽ ഒരു ശങ്ക. യഥാർത്ഥത്തിൽ ഇതാണ് ക്വക്ക്‌ലിക്
ഒഴിവാക്കാനാഗ്രഹിക്കുന്നത്. ഞാനിപ്പോൾ നിങ്ങളോട് സൂചി
പ്പിച്ച അന്നത്തെ ആ പാർട്ടിയിൽ സംഭവിച്ചതുപോലെ.
ദർദലൊവിനെ ശരിക്കും മത്തുപിടിപ്പിച്ച ഒരു സ്ത്രീസൗന്ദര്യ
മുണ്ടായിരുന്നു അവിടെ. ക്വക്ക്‌ലിക്ക് തീർത്തും അല്പത്ത
രത്തിൽ ഇടയ്ക്കിടെ അവളെപ്പറ്റി പരാമർശിക്കും. ബോറ
ടിപ്പിക്കുന്ന തരത്തിൽ, യാതൊരു കഴമ്പുമില്ലാതെ. അതി
ലേറെ സുഖമുള്ള കാര്യമെന്താണെന്ന് വെച്ചാൽ അവൻ
യാതൊരുവിധ ബുദ്ധിപൂർവ്വമായ ഉത്തരമോ, കൃത്രിമമായി
തയ്യാറാക്കപ്പെട്ട തമാശയോ അവകാശപ്പെടുന്നില്ല എന്ന
താണ്. ക്വക്ക്‌ലിക് അവിടെനിന്ന് പൊയ്ക്കഴിഞ്ഞിരുന്നു എന്ന
കാര്യം അല്പനേരത്തിന് ശേഷമാണ് ഞാൻ ശ്രദ്ധിച്ചത്.
മനസ്സിൽ ചോദ്യങ്ങളുമായി കുഴങ്ങുമ്പോഴും ഞാൻ ആ
സ്ത്രീയെ സൂക്ഷിച്ചുനോക്കിക്കൊണ്ടിരുന്നു. ദർദലൊ ഒരു
തമാശ അപ്പോൾ ഉരുവിട്ട് തീർന്നതേ ഉണ്ടായിരുന്നുള്ളൂ.
അഞ്ചുനിമിഷത്തെ നിശ്ശബ്ദതയ്ക്കുശേഷം അവൻ ചിരി
പൊട്ടി. വീണ്ടും മൂന്ന് നിമിഷങ്ങൾക്കുശേഷം മറ്റുള്ളവരും
അവനെ അനുകരിച്ചു. അപ്പോൾ ആ ചിരിയുടെ മറവിൽ
ആ സ്ത്രീ പുറത്തേക്ക് കടക്കുന്ന കതകിനടുത്തേക്ക് നീങ്ങി.
ദർദലൊവിന്റെ തമാശ ഉയർത്തിയ ചിരിയുടെ മാറ്റൊലി
യിൽ ദർദലൊ സ്വയം മയങ്ങിവീണുപോയി. സ്വന്തം വാക്
കസർത്തവൻ തുടർന്നു. അല്പനിമിഷത്തിനുശേഷം ആ
സുന്ദരിയവിടെയില്ലെന്നവൻ മനസ്സിലാക്കി. ഒരു ക്വക്ക്‌ലിക്
ഉണ്ടെന്നതിനെപ്പറ്റി യാതൊരു ധാരണയുമില്ലാത്തതിനാൽ
അവളുടെ അപ്രത്യക്ഷപ്പെടൽ വിശദീകരിക്കാൻ അവന്
സാധിച്ചില്ല. അവനൊന്നും മനസ്സിലായില്ല. നിസ്സാരതയുടെ
മൂല്യത്തെപ്പറ്റി ഇന്നോളം അവനൊന്നും മനസ്സിലായിരു
ന്നില്ല. ദർദലൊവിന്റെ വിഡ്ഢിത്ത സ്വഭാവത്തെപ്പറ്റിയുള്ള
നിങ്ങളുടെ ചോദ്യത്തിനുള്ള എന്റെ ഉത്തരമാണിത്.

"ബുദ്ധിശക്തിയുടെ ഉപയോഗശൂന്യത - അതേ, ഇപ്പോഴ തെനിക്ക് മനസ്സിലാവുന്നുണ്ട്."

ഉപയോഗശൂന്യതയെക്കാളേറെ ഉപദ്രവകരമാണത്. ഒരു ബുദ്ധിജീവി ഒരു സ്ത്രീയെ വശീകരിക്കാൻ ശ്രമിക്കുമ്പോൾ അവളൊരു മത്സരത്തിലേക്ക് കടക്കുന്നതുപോലെ തോന്നും. അവൾക്കും തിളങ്ങണമെന്നൊരു തോന്നലുദിക്കും. ചെറുത്തുനില്പില്ലാതെ വഴങ്ങിക്കൊടുക്കരുതെന്നൊരു തോന്നൽ. അപ്പോൾ ഈ നിഷ്പ്രയോജനത്വം, ഫലശൂന്യത അവളെ സ്വതന്ത്രയാക്കും. ജാഗരൂകതയിൽ നിന്നും അവളെ ഒഴിവാക്കും. അതിന് ഒരു മനസ്സാന്നിദ്ധ്യവും ആവശ്യമില്ല. അവളെ അശ്രദ്ധാലുവാക്കും. അങ്ങനെ അവൾ വളരെയെളുപ്പത്തിൽ പ്രാപ്യമാകും. നമുക്ക് തുടരാം. ദർദലൊ നിസ്സാരനായ ഒരാളല്ല, മറിച്ച് ഒരു നാർസിസ്റ്റ് ആണ്. ആ പദത്തിന്റെ യഥാർത്ഥ അർത്ഥത്തിന്റെ കാര്യത്തിൽ ശ്രദ്ധിക്കണം. നാർസിസ്റ്റ് ഒരു അഭിമാനിയല്ല. അഭിമാനി മറ്റുള്ളവരെ വെറുക്കും. അവരെ തരം താഴ്ത്തി കാണും. നാർസിസ്റ്റ് മറ്റുള്ളവരെ വളരെ ഔന്നത്യത്തിൽ കാണുന്നു. മറ്റുള്ളവരുടെ കണ്ണുകളിൽ അവൻ തന്റെ സ്വന്തം പ്രതിബിംബം കാണുന്നതിനാൽ അത് വലുതാക്കി കാണാൻ അവൻ ആഗ്രഹിക്കും. അതിനാൽ അവൻ അതീവശ്രദ്ധയോടെ എല്ലാ കണ്ണാടികളും പരിചരിക്കും. അവൻ ശാന്തശീലനാണ്. ശരിയായിരിക്കാം. പക്ഷേ, എന്റെ അഭിപ്രായത്തിൽ അവനൊരു സുന്ദരവിഡ്ഢിയാണ്. പക്ഷേ, എനിക്കും അവനുമിടയിൽപോലും എന്തൊക്കെയോ സംഭവിച്ചു. അവന് മാരകരോഗമാണെന്ന കാര്യം ഞാനറിഞ്ഞു. ആ നിമിഷം മുതൽ ഞാനവനെ മറ്റൊരു തരത്തിൽ കാണുകയാണ്.

"രോഗമോ? എന്തു രോഗം?"

"കാൻസർ. അതെന്നെ എത്രത്തോളം വേദനിപ്പിച്ചിരുന്നു എന്നറിയുമ്പോൾ ഞാൻ ശരിക്കും അദ്ഭുതപ്പെട്ടുപോകുന്നു.

ചിലപ്പോൾ അവൻ സ്വന്തം അന്ത്യനാളുകളിലൂടെ കടന്നു പോവുകയായിരിക്കാം."

ഒന്ന് നിർത്തിയശേഷം റമോങ് തുടർന്നു.

"അവൻ എന്നോട് സംസാരിച്ച വിധം എന്നെ വല്ലാതെ സ്പർശിച്ചു... വളരെ മിതഭാഷിയായി... മടിച്ച് മടിച്ച്... ഒരലട്ട ലുമില്ലാതെ, ഒരു നാർസിസ്സവുമില്ലാതെ, പൊടുന്നനെ, ഒരുപക്ഷേ ആദ്യതവണയായിരിക്കാം, വിലസി നടക്കുന്ന അവനോടെനിക്ക് ശരിക്കും സഹതാപം തോന്നിയത്... യഥാർത്ഥ സഹതാപം."

ഭാഗം രണ്ട്
പാവക്കൂത്തരങ്ങ്

ഇരുപത്തിനാല്
പാലാരിപ്പക്ഷികൾ

ക്ഷീണം പിടിച്ച ഒരുപാട് ദീർഘദിനങ്ങൾക്കുശേഷം സ്റ്റാലിൻ തന്റെ ജീവിതത്തിലെ കൊച്ചുകഥകൾ പങ്കുവെച്ചു കൊണ്ട് കൂട്ടുകാരോടൊപ്പം അല്പസമയം കൂടി ചിലവഴിക്കാനും വിശ്രമിക്കാനും ആഗ്രഹിച്ചു. ഒരു ചെറിയ ഉദാഹരണം പറയാം.

ഒരുനാൾ അവൻ ഒരു നായാട്ടിന് പോകാൻ തീരുമാനിച്ചു. നായാട്ട് വസ്ത്രമണിഞ്ഞ്, സ്കേറ്റിങ് ഷൂവിട്ട് തോക്കുമെടുത്ത് പതിമൂന്ന് നാഴിക നടന്നു. അപ്പോൾ മുന്നിലുള്ള ഒരു മരത്തിന്മേൽ ഒരു വലിയ പാലാരിപക്ഷിക്കൂട്ടം കണ്ടു. അവൻ നടത്തം നിർത്തി. പക്ഷികളെ എണ്ണിത്തുടങ്ങി. ഇരുപത്തിനാല് പക്ഷികൾ. പക്ഷേ, എന്തൊരു നിർഭാഗ്യം! അവൻ പന്ത്രണ്ട് വെടിയുണ്ടകളേ കരുതിയിരുന്നുള്ളൂ. അവൻ പന്ത്രണ്ട് എണ്ണത്തിനെ വെടിവെച്ചുകൊന്നു. പക്ഷികളെയും എടുത്ത് അവൻ വീണ്ടും പതിമൂന്ന് നാഴിക നടന്ന് വീട്ടിലെത്തി. പന്ത്രണ്ട് വെടിയുണ്ടകളുമെടുത്ത് പതിമൂന്ന് നാഴിക വീണ്ടും നടന്ന് പക്ഷികളുണ്ടായിരുന്ന അതേ മരത്തിനടുത്ത് തിരികെയെത്തി. ശേഷം എല്ലാ പക്ഷികളേയും കൊന്നൊടുക്കി...

"നിനക്കിതിഷ്ടപ്പെട്ടോ?"

ചിരിച്ചുകൊണ്ട് കഥ കേൾക്കുന്ന കലിബാങിനോട് ഷാർല് ചോദിച്ചു. "സ്റ്റാലിനായിരുന്നു എന്നോടിക്കഥ

പറഞ്ഞിരുന്നതെങ്കിൽ ഞാൻ ശരിക്കും കയ്യടിച്ചേനേ. പക്ഷേ, സത്യം പറഞ്ഞാൽ നിനക്കീ കഥ എവിടെനിന്നാണ് കിട്ടിയത്?"

"ക്രൂഷ്ച്ചേവിന്റെ ഓർമ്മകൾ.' വളരെക്കാലങ്ങൾക്കുമുമ്പ് ഫ്രാൻസിൽ എഡിറ്റ് ചെയ്ത പുസ്തകം. എന്റെ അദ്ധ്യാപകൻ സമ്മാനമായി നല്കിയതാണ്. സ്റ്റാലിൻ അവന്റെ കൂട്ടുകാരോട് പങ്കിട്ട ആ കഥ ക്രൂഷ്ച്ചേവിന്റേതാണ്. ക്രൂഷ്ച്ചേവ് എഴുതിയത് വായിച്ച് ആരും തന്നെപ്പോലെ പ്രതികരിച്ചിരുന്നില്ല. ഒരാളും ചിരിച്ചിരുന്നില്ല. സ്റ്റാലിൻ പറഞ്ഞത്, വിഡ്ഢിത്തമാണ് എന്ന് എല്ലാവരും മനസ്സിലാക്കി. അവന്റെ കള്ളത്തരം അവർക്ക് മനംപിരട്ടലുണ്ടാക്കി. എന്നാലും അവരൊന്നും മിണ്ടിയില്ല. പക്ഷേ, ക്രൂഷ്ച്ചേവിന് മാത്രം സ്റ്റാലിനോട് അത് പങ്കുവെക്കാനുള്ള മനക്കരുത്തുണ്ടായി. ശ്രദ്ധിച്ചു കേട്ടോളൂ."

ഷാർല് പുസ്തകം തുറന്ന് ഉറക്കെ നിർത്തി നിർത്തി വായിച്ചുതുടങ്ങി: "എന്ത്? പാലാരിപക്ഷികളൊന്നും ആ ചില്ലയിൽനിന്നും പറന്നുപോയില്ലെന്നാണോ നീ പറയുന്നത്?

ക്രൂഷ്ച്ചേവ് ചോദിച്ചു.

"...അത് തന്നെ. പക്ഷികളവിടെത്തന്നെയായിരുന്നു."

സ്റ്റാലിൻ മറുപടി പറഞ്ഞു.

"പക്ഷേ, കഥ അവിടെ തീർന്നില്ല. കാരണം നീയറിയേണ്ടതുണ്ട്. ഒരു പകൽ മുഴുവൻ ജോലി ചെയ്തതിനുശേഷം എല്ലാവരും ആ വലിയ കുളിമുറിയിലേക്ക് കടക്കുകയാണ്. ഒന്നു സങ്കല്പിച്ചുനോക്കൂ. ഒരു ചുമരിൽ നിരനിരയായുള്ള മൂത്രക്കോപ്പകൾ. അതിനെതിരെയായി വാഷ്ബേസിനുകൾ. മൂത്രക്കോപ്പകൾ കക്കയുടെ രൂപത്തിൽ, പലവർണ്ണങ്ങളിലായി സെറാമിക് പൂക്കളാൽ അലങ്കരിച്ചതായിരുന്നു. സ്റ്റാലിന്റെ ഗ്രൂപ്പിലെ ഓരോ അംഗത്തിനും അവരവരുടെ പ്രത്യേകം മൂത്രക്കോപ്പകളുണ്ടായിരുന്നു. അവ

പണിത ആളിന്റെ കൈയൊപ്പും അവയിൽ കാണാമായിരുന്നു. സ്റ്റാലിനു മാത്രം അങ്ങനെയൊന്നുണ്ടായിരുന്നില്ല.

"അപ്പോൾ അവൻ എവിടെയായിരിക്കും മൂത്രമൊഴിച്ചിരിക്കുക?"

"ആ കെട്ടിടത്തിന്റെ മറുഭാഗത്തുള്ള ഒരു മുറിയിലായിരുന്നു ഒറ്റയ്ക്ക് അവൻ മൂത്രമൊഴിച്ചത്. മറ്റുള്ളവർ മൂത്രപ്പുരയിൽ സ്റ്റാലിനില്ലാതെ പൂർണ്ണസ്വാതന്ത്ര്യമനുഭവിച്ചു. അവരുടെ ചീഫിനു മുന്നിൽ മിണ്ടാൻ സാധിക്കാത്ത കാര്യങ്ങളൊക്കെ വിളമ്പാനുള്ള വേദിയായിരുന്നു അവർക്ക് അത്. പ്രത്യേകിച്ച് സ്റ്റാലിൻ അവരോട് പാലാരിപ്പക്ഷികളുടെ കഥ പറഞ്ഞ ആ ദിവസമെടുക്കാം. ഞാൻ ക്രൂഷ്ച്ചേവിന്റെ വാക്കുകൾ കടമെടുക്കട്ടെ."

"... ഞങ്ങളൊരുമിച്ച് കുളിമുറിയിൽ കൈകഴുകിക്കൊണ്ട് വെറുപ്പ് കടിച്ച് മുറിച്ചങ്ങനെ. അവൻ നുണ പറയുന്നതാ. അവൻ നുണയനാ! നമുക്കൊരാൾക്കു പോലും അതിൽ ഒരിഞ്ചുപോലും സംശയമില്ല,"

"അപ്പോഴീ ക്രൂഷ്ച്ചേവാരാണ്?"

"സ്റ്റാലിൻ മരിച്ച് ചില വർഷങ്ങൾക്കുശേഷം അയാൾ സോവിയറ്റ് സാമ്രാജ്യത്തിന്റെ സുപ്രീംചീഫായിരുന്നു."

ഒന്ന് നിർത്തിയ ശേഷം കലിബാങ് തുടർന്നു:

"ഈ കഥയിൽ എനിക്ക് അവിശ്വസനീയമായി തോന്നിയത് സ്റ്റാലിൻ നുണപറയുന്നതാണ് എന്ന് ആർക്കും മനസ്സിലാവാത്തതാണ് - തീർച്ചയായും"

അതും പറഞ്ഞ് ഷാർല് ആ പുസ്തകം മേശമേൽവെച്ചു.

"കാരണം അവന് ചുറ്റുമുള്ള ഒരാൾക്കുപോലും ഒരു തമാശ എന്താണെന്നറിയുമായിരുന്നില്ല. എന്റെ അഭിപ്രായത്തിൽ ചരിത്രത്തിലെ ഒരു പുതുകാലഘട്ടമാണത് സൂചിപ്പിക്കുന്നത്."

പാവക്കൂത്ത് നടത്താനുള്ള ഒരു സ്ഥലം സ്വപ്നം കാണുന്ന ഷാർല്

എന്റെ അവിശ്വാസികളുടെ പദസമ്പത്തിൽ ഒരേയൊരു പാവനപദമുണ്ട്: സൗഹൃദം. ഞാൻ നിങ്ങൾ പരിചയപ്പെടുത്തിയ നാല് സുഹൃത്തുക്കളായ അലേൻ, റമോങ്ങ്, ഷാർല്, പിന്നെ കലിബാങ്ങ്. ഞാനവരെ സ്നേഹിക്കുന്നു. അവരോടുള്ള സ്നേഹം കൊണ്ടാണ് ഒരു നാൾ ഷാർലിനും ക്രൂഷ്ച്ചേവിന്റെ പുസ്തകം കൊടുത്തത്. അവരൊക്കെ വായിച്ച് രസിക്കാൻ വേണ്ടി.

ആ നാലുപേർക്കും പാലാരിപ്പക്ഷികളുടെ കഥയും ആ കഥയുടെ കുളിമുറിയിലുണ്ടായ അന്ത്യവും അറിയാമായിരുന്നു. അപ്പോഴാണ് ഒരുനാൾ കലിബാങ്ങ് അലേനോട് പരാതിപ്പെട്ടത്.

"ഞാൻ നിന്റെ മദലേനെ കണ്ടിരുന്നു. അവളോട് ഞാൻ ഈ പാലാരിക്കഥ പറഞ്ഞു. പക്ഷേ, അവൾക്ക് അത് ഒരു നായാട്ടുകാരന്റെ പൊരുളില്ലാത്തൊരു പഴങ്കഥ മാത്രമായിരുന്നു. സ്റ്റാലിൻ എന്ന പേര് ഒരുപക്ഷേ അവൾക്ക് കേട്ടുകേൾവി ഉണ്ടാകാൻ സാദ്ധ്യതയുണ്ടെങ്കിലും ഒരു നായാട്ടുകാരന് എന്തിനാണ് അങ്ങനെയൊരു പേരെന്ന് അവൾക്ക് മനസ്സിലായില്ല..."

...അവൾക്ക് ഇരുപത് വയസ്സേയുള്ളൂ.

അവന്റെ കൊച്ചുകൂട്ടുകാരിയെ സാധൂകരിക്കാനായി അലേൻ പതുക്കെപ്പറഞ്ഞു.

"എന്റെ കണക്ക് ശരിയാണെങ്കിൽ, നിന്റെ മദലേൻ, സ്റ്റാലിൻ മരിച്ച് നാല്പതോളം വർഷങ്ങൾക്ക് ശേഷമായിരിക്കും ജനിച്ചത്. അവന്റെ മരണശേഷം ജനിക്കാൻ ഒരു പതിനേഴ് വർഷത്തോളം എനിക്കും കാത്തിരിക്കേണ്ടിവന്നു. റമോങ്ങ്, പിന്നെ നിന്റെ കാര്യം, സ്റ്റാലിൻ മരിച്ചപ്പോൾ" - കണക്ക് കൂട്ടാനായി അവനൊന്ന് നിർത്തി. അല്പം സംഭ്രമത്തോടെ തുടർന്നു: "എന്റീശോ, അപ്പോൾ നീ ജനിച്ചുകഴിഞ്ഞിരുന്നല്ലോ."

എനിക്ക് നാണം തോന്നി. പക്ഷേ, അത് സത്യമായിരുന്നു.

വീണ്ടും റമോങിനോടായി ഷാർല് പറഞ്ഞു.

"എനിക്ക് തെറ്റിയില്ലെങ്കിൽ, നിന്റെയപ്പൂപ്പൻ മറ്റു ബുദ്ധി ജീവികളുമായി ചേർന്ന് സ്റ്റാലിനെ പിന്തുണയ്ക്കാനായി ഒരു പരാതിയെഴുതിക്കൊടുത്തിരുന്നു. പുരോഗതിയുടെ പ്രമുഖ നായകൻ.

"അതേ, ശരിയാണ്."

റമോങ് സമ്മതിച്ചു.

"നിന്റച്ഛൻ ഇക്കാര്യത്തിലല്പം സംശയാലുവായിരുന്നു. നിന്റെ തലമുറ അതിലേറെയും. പിന്നെ എന്റെ അഭിപ്രായ ത്തിൽ അയാൾ കുറ്റവാളികളുടെ കുറ്റവാളിയായി മാറിക്കഴി ഞ്ഞിരുന്നു."

"അതേ, അതങ്ങനെയാണ്."

റമോങ് പറഞ്ഞു. "മനുഷ്യർ ജീവിതത്തിൽ കണ്ടുമുട്ടുന്നു, കുശലം പറയുന്നു, ചർച്ച ചെയ്യുന്നു, കലഹിക്കുന്നു, അകല ങ്ങളിലുള്ളവരോടാണ് സംസാരിക്കുന്നതെന്നും ഓരോരു ത്തരും വിഭിന്ന കാലങ്ങളിൽ വ്യത്യസ്ത ഇടങ്ങളിലുള്ള നോക്കുമാടങ്ങളിലാണിരിക്കുന്നതെന്നും തെല്ലും മനസ്സി ലാക്കാതെ."

ഒരു നിമിഷത്തിന്റെ ഇടവേളയ്ക്കുശേഷം ഷാർല് തുടർന്നു. "കാലം ഓടിക്കൊണ്ടേയിരിക്കുന്നു. അതിന്റെ ദയ വിനാൽ, അതുകാരണം ആദ്യം നമ്മൾ ജീവിക്കുന്നു. അതാ യത് കുറ്റം ചുമത്തപ്പെട്ടു. വിധിക്കപ്പെട്ടു. പിന്നെ നമ്മൾ മരിക്കും. നമ്മളെയോർക്കുന്നവരിലൂടെ, അല്പകാലം കൂടി നമ്മൾ ജീവിക്കും. പക്ഷേ, വളരെ വേഗത്തിൽ മറ്റൊരു മാറ്റവും സംഭവിക്കും. മരണപ്പെട്ടവർ വയസ്സന്മാരാകാം. അവരെ പിന്നെ ആരും ഓർക്കുകയില്ല. അവരങ്ങനെ ശൂന്യതയിൽ അപ്രത്യ ക്ഷരാകും. വളരെ ചുരുക്കം പേർ മാത്രം ചികഞ്ഞു നോ ക്കിയാൽ, വിരലിലെണ്ണാവുന്നവർ മറ്റുള്ളവരുടെ ഓർമ്മക ളിൽ നിലനില്ക്കും. പൂർണ്ണമായും ഓർത്തെടുക്കാനാവാതെ,

ശരിയായ രൂപം മനസ്സിൽ തെളിയാതെ അവർ വെറും പാവകളായി പരിവർത്തനം ചെയ്യപ്പെടുന്നു. സുഹൃത്തുക്കളേ, ക്രൂഷ്ചേവ് തന്റെ സ്മരണകളിൽ പറഞ്ഞ കഥയിൽ ഞാൻ ആകൃഷ്ടനാണ്. ആ കഥയെ ആസ്പദമാക്കി പാവകളിക്കൊരു നാടകമുണ്ടാക്കാനുള്ള അഭിവാഞ്ഛയിൽനിന്ന് എനിക്കെന്നെ പിന്തിരിപ്പിക്കാനാവില്ല,"

"പാവകളുടെ നാടകമോ? കൊമേദീ ഫ്രാങ്സേസിൽ കളിപ്പിക്കണമെന്ന്... ആ മോഹമൊന്നും നിനക്കില്ലല്ലോ?"

കലിബാങ് അവനെ തമാശയാക്കി ചോദിച്ചു.

"ഇല്ല. സ്റ്റാലിന്റേയും ക്രൂഷ്ചേവിന്റേയും ഈ കഥ മനുഷ്യർ അഭിനയിച്ചാൽ അത് തീർത്തുമൊരു പരാജയമായിരിക്കും. യാതൊരു ചതിയുമില്ലാതിരുന്ന ഒരു മനുഷ്യജീവിതം പുനഃസൃഷ്ടിക്കാൻ ആർക്കും അവകാശമില്ല. ഒരു പാവയെവെച്ച് ഒരു മനുഷ്യനെ സൃഷ്ടിക്കാൻ ഒരാൾക്കും അധികാരമില്ല."

മൂത്രപ്പുരയിലെ പ്രതിഷേധം

"അവരെന്നെ ഭ്രമിപ്പിക്കുന്നു. സ്റ്റാലിന്റെ ആ സുഹൃത്തുക്കൾ."

ഷാർല് തുടർന്നു. ആ മൂത്രപ്പുരകളിൽ അവരുടെ പ്രതിഷേധം അലയടിക്കുന്നത് ഞാൻ ഭാവനയിൽക്കാണും. അവരുടെ മനസ്സിലുള്ളതു മുഴുവനും ഉറക്കെയുറക്കെ വിളിച്ചുകൂവാനുള്ള ഒരു സുന്ദരനിമിഷത്തിനായി അവരെത്ര കാത്തിരുന്നിട്ടുണ്ടാവും? എന്തായാലും അവർക്ക് ലവലേശം സംശയമില്ലാത്ത ചില കാര്യങ്ങളുണ്ടായിരുന്നിരിക്കാം. സ്റ്റാലിൻ അവരെ നിരീക്ഷിക്കുകയും അവരുടെ അതേ ആകാംക്ഷയോടെ അങ്ങനെയൊരു നിമിഷത്തിനായി കാത്തിരിക്കുകയും ചെയ്തിട്ടുണ്ടാവാം. അവന്റെ സംഘം മുഴുവൻ ഒന്നിച്ച് മൂത്രപ്പുരയിലെത്തുന്ന ആ നിമിഷം അവന് ഏറെ ആനന്ദം കൊടുത്തിരിക്കാം. എന്റെ സുഹൃത്തുക്കളേ, എനിക്ക് അവനെ മനസ്സിൽക്കാണാൻ കഴിയും. ആരും കാണാതെ

പൂച്ചയെപ്പോലെ പതുങ്ങിപ്പതുങ്ങി, നീണ്ട വരാന്തയിലൂടെ ഒളിച്ചുനീങ്ങി, മൂത്രപ്പുരയുടെ കതകിന് പിറകിൽ കാത് ചേർത്തുവെച്ച് അവരുടെ കലപില സംസാരം കേൾക്കുന്ന അവനെ ആ പോളിറ്റ് ബ്യൂറോ നായകന്മാർ കൂക്കിവിളിച്ചും തെറിവിളിച്ചും ശപിച്ചുകൊണ്ടിരുന്നു. പക്ഷേ, അവനാണെങ്കിൽ പറയുന്നതൊക്കെ കേട്ടുകൊണ്ട് ചിരിക്കുക മാത്രമാണ് ചെയ്തത്. "അവൻ നുണ പറഞ്ഞു. അവൻ നുണ പറഞ്ഞു."

ക്രൂഷ്ച്ചേവ് കൂക്കിവിളിച്ചു. അവന്റെ ശബ്ദം അവിടെ പ്രതിധ്വനിച്ചു. അപ്പോഴും കതകിൽ ചെവി അമർത്തിവെച്ച് കേൾക്കുന്ന സ്റ്റാലിനെ ശരിക്കും എനിക്ക് കാണാമായിരുന്നു. സ്റ്റാലിൻ സുഹൃത്തുക്കളുടെ ധാർമ്മികരോഷം ആസ്വദിച്ചുകൊണ്ടിരുന്നു. ഒരു ഭ്രാന്തനെപ്പോലെ അട്ടഹസിച്ചുകൊണ്ട് ആ പൊട്ടിച്ചിരിയുടെ ശബ്ദത്തിൽ എന്തെങ്കിലുമൊരു വാക്ക് വിഴുങ്ങിപ്പറയാൻപോലും അവൻ ശ്രമിച്ചില്ല. ആ മൂത്രപ്പുരകളിൽ സുഹൃത്തുക്കളും ഭ്രാന്തരെപ്പോലെ തന്നെ കൂക്കി വിളിക്കുന്നുണ്ടായിരുന്നതിനാൽ, ആ കോലാഹലത്തിൽ അവൻ പറയുന്നത് കേൾക്കാൻപോലും അവർക്ക് കഴിയില്ലായിരുന്നു."

"അതേ, നീയിതെന്നോട് മുന്നേ പറഞ്ഞിരുന്നു."

അലേൻ പറഞ്ഞു.

"ശരിയാണ്. എനിക്കതറിയാം. പക്ഷേ, ഏറ്റവും പ്രധാന കാര്യമെന്താണെന്നുവെച്ചാൽ സ്റ്റാലിൻ ആ ഇരുപത്തിനാല് പാലാരിപ്പക്ഷികളുടെ ആ കഥമാത്രം ഒരേ ആൾക്കാരോട് ഇങ്ങനെ ആവർത്തിച്ചു പറയാൻ ഇഷ്ടപ്പെട്ടതിന്റെ കാരണം നിങ്ങളോടിതുവരെ പറഞ്ഞിട്ടില്ല. അവിടെയാണ് എന്റെ നാടകത്തിന്റെ പ്രധാന പ്ലോട്ട്."

"എന്തായിരുന്നു ആ കാരണം?"

"കലിനീൻ."

"എന്ത്?" കലിബാങ് ചോദിച്ചു.

"ഈ പേര് ഒരിക്കലും കേട്ടിട്ടില്ലല്ലോ."

കലിബാങിനേക്കാളും ഇളയതാണെങ്കിലും അവനേക്കാളും നല്ല വായനാശീലമുള്ളതിനാൽ അലേനതറിയാമായിരുന്നു. പ്രശസ്തമായ ഒരു ജർമ്മൻ പട്ടണം നാമകരണം ചെയ്യപ്പെട്ടത് ആ പേരിൽനിന്നാണ്. ഇമ്മാനുവൽ കാന്റ് അയാളുടെ ആയുസ്സ് മുഴുവൻ ചെലവഴിച്ചത് ഇന്ന് കലിനീങ്ഗ്രാദ് എന്നറിയപ്പെടുന്ന ആ നഗരത്തിലാണ്."

അപ്പോൾ തെരുവിൽനിന്നും അക്ഷമയോടെയുള്ള ഒരു ഹോണടി മുഴക്കം കേട്ടു. "ഞാനിപ്പോൾ പോവണം. മദലേൻ എന്നെ കാത്തിരിക്കുന്നുണ്ട്. വീണ്ടും കാണാം."

തെരുവിൽ ഒരു മോട്ടോർ സൈക്കിളിൽ മദലേൻ അവനായി കാത്തിരിക്കുന്നുണ്ടായിരുന്നു. അത് അലേന്റെ വണ്ടിയായിരുന്നു. അവരിരുവരും ഉപയോഗിക്കുന്ന വണ്ടി.

അടുത്ത തവണ അവർ കണ്ടുമുട്ടിയപ്പോൾ ഷാർല്, കലിനീനെപ്പറ്റിയും പ്രഷ്യയുടെ തലസ്ഥാനത്തെപ്പറ്റിയും അവന്റെ സുഹൃത്തുക്കളോട് സംസാരിക്കുന്നു

ഉല്പത്തി മുതൽ പ്രശസ്ത പ്രഷ്യൻ നഗരി 'രാജാവിന്റെ മല' എന്ന അർത്ഥം വരുന്ന കൊനിഗ്സ്ബർഗ് എന്ന പേരിലാണറിയപ്പെട്ടിരുന്നത്. അവസാനത്തെ യുദ്ധത്തിനുശേഷം മാത്രമാണ് അത് കലിനീങ്ഗ്രാദ് ആയി മാറിയത്. റഷ്യൻ ഭാഷയിൽ 'ഗ്രാദ്' എന്ന പദത്തിന് നഗരം എന്നാണ്. അതായത് കലിനീൻ എന്ന നഗരം എന്നർത്ഥം. നമുക്ക് രക്ഷപ്പെട്ടുവരാൻ ഭാഗ്യമുണ്ടായിരുന്ന കഴിഞ്ഞ നൂറ്റാണ്ടിന് പേരുകൾ പുതുക്കുന്നതിനോട് വല്ലാത്തൊരു ഭ്രമമായിരുന്നു. ത്സറിത്സീൻ സ്റ്റലേങ്ഗ്രാദായും പിന്നെയത് വൊൾഗോഗ്രാദായും മാറി. സെന്റ് പീറ്റേഴ്സ്ബർഗ് എന്ന പേരുമാറ്റി പെത്രോഗ്രാദായി, പിന്നെ പെത്രോഗ്രാദ് ലെനിൻഗ്രാദായി. അവസാനമത്, സെയിന്റ് പീറ്റേഴ്സ്ബർഗായും മാറി. ഷെമ്നിറ്റ്സ് കാറൽമാർക്സ് സ്താദായും പിന്നെ അത് ഷെമനിത്സായും മാറി. കൊറോങ്സ് ബെർഗ എന്ന പേരുമാറ്റി കലെനേൻഗ്രാദായും മാറ്റി. പക്ഷേ ഒന്നു ശ്രദ്ധിക്കണം.

കലിനീങ്ഗ്രാദ് എന്ന പേര് അങ്ങനെത്തന്നെ നിലനില്ക്കു ന്നുണ്ട്, എന്നെന്നും നിലനില്ക്കുകയും ചെയ്യും... കലിനീന്റെ കീർത്തി മറ്റെല്ലാത്തിന്റേയും മഹത്ത്വത്തെ കടത്തിവെട്ടിയതു കൊണ്ടാണത്."

"പക്ഷേ, ആരായിരുന്നു കലിനീൻ?"

കലിബാങ് ചോദിച്ചു.

"ഒരു മനുഷ്യൻ." ഷാർല് തുടർന്നു. "യഥാർത്ഥത്തിൽ കരുത്തനല്ലാത്ത വളരെ നിഷ്കളങ്കനായ ഒരു പാവം. ഒരുപാട് കാലം സുപ്രീം സോവിയറ്റിന്റെ അദ്ധ്യക്ഷനായിരുന്നവൻ. പ്രോട്ടോക്കോൾ പ്രകാരം സംസ്ഥാനത്തിന്റെ ഏറ്റവും ഉന്ന തനായ പ്രതിനിധി. ഞാൻ അവന്റെ ചിത്രം കണ്ടിട്ടുണ്ട്. കുറുംതാടി വളർത്തിയ, തെറ്റായി മുറിച്ചു തയ്ച്ച ജാക്കറ്റി നുള്ളിലുള്ള പ്രായം ചെന്ന, സമരാസക്തനായ ഒരു ജോലി ക്കാരൻ. ഇപ്പോൾ കലിനീൻ ശരിക്കും ഒരു വൃദ്ധനായി. അവന്റെ വീക്കം വെച്ച പ്രോസ്ട്രേറ്റ് കാരണം ഇടയ്ക്കിടെ മൂത്രമൊഴിക്കാൻ അവൻ നിർബന്ധിതനായി. മൂത്രം നിയ ന്ത്രിക്കാനാവാത്ത അവസ്ഥ എത്രത്തോളം അവനെ ബുദ്ധി മുട്ടിച്ചതെന്നോ! ഔദ്യോഗിക ലഞ്ചിനിടയിൽപ്പോലും മൂത്ര മൊഴിക്കാനോടേണ്ടിവരേണ്ട ഗതികേടായിപ്പോയി. ചില പ്പോൾ വലിയ സദസ്സിനെ അഭിമുഖീകരിച്ചുള്ള ദീർഘ പ്രസംഗത്തിനിടയിലും അത് വേണ്ടിവന്നു. പ്രശ്നങ്ങൾ നേരിടുന്നതിൽ അവന് പ്രാവീണ്യമുണ്ടായിരുന്നു. ഇന്നോളം റഷ്യ മുഴുവൻ ഓർക്കുന്ന ഒരു മഹാആഘോഷമായിരുന്നു ഉക്രെയ്ൻ നഗരത്തിലെ ഒപ്പേറാ ഹാളിന്റെ ഉദ്ഘാടനച്ചടങ്ങ്. ആ ചടങ്ങിന് കലിനീൻ ദീർഘമായതും മതാചാരപ്രകാര മുള്ളതുമായ പ്രസംഗത്തിലേർപ്പെട്ടിരിക്കുകയായിരുന്നു. രണ്ട് മിനിറ്റിലൊരിക്കൽ അയാൾക്ക് പ്രസംഗത്തിന് ഇടവേള കൊടുക്കേണ്ടിവന്നു. ഓരോ തവണ പ്രസംഗപീഠം വിടു മ്പോഴും ഓർക്കസ്ട്ര നല്ല നാടൻപാട്ടുകളുടെ ശീലുകൾ മീട്ടും. ഉക്രേനിയൻ സുന്ദരിമാർ വേദിയിലേക്കോടിയെത്തി നൃത്തച്ചുവടുകൾ വെക്കും. ഓരോ തവണ പ്രസംഗപീഠ ത്തിന് മുന്നിൽ തിരികെയെത്തുമ്പോഴും കയ്യടികളോടെ

അവർ കലിനീനെ വരവേറ്റു. വീണ്ടും വേദി വിടുമ്പോൾ കരഘോഷം ഏറെ ഉറക്കെയാവും ആ സുന്ദരികളുടെ വരവെതിരേല്ക്കാനെന്നപോലെ. പിന്നീട് ആ പോക്കും വരവും അടിക്കടിയായപ്പോഴും കൈയടി കൂടുതൽ ശക്തമായതേയുള്ളൂ. അതേറെ നേരം നിലനിന്നു. അത് ഹൃദയത്തെ തൊടുന്നതായി മാറി. അങ്ങനെ ആ ഔദ്യോഗികമായ ആഘോഷം, സോവിയറ്റ് രാജ്യം ഇന്നോളം കാണുകയോ അറിയുകയോ ചെയ്യാത്ത തരത്തിലുള്ള ആനന്ദപ്രദവും ഭ്രാന്തവും ഉന്മത്തോത്സവപ്രതീതിയുമുള്ള ലഹളയായി മാറ്റപ്പെട്ടു."

"കഷ്ടം, കലിനീൻ അവന്റെ ചെറിയ സുഹൃദ് വലയത്തിനുള്ളിലുള്ളപ്പോൾ, ഇടവേളകൾക്കിടയിൽ അവന്റെ മൂത്രത്തിന് കൈയടികൊടുക്കാനാർക്കും തന്നെ താത്പര്യമില്ലായിരുന്നു. സ്റ്റാലിൻ രസികൻ കഥകൾ പറയും. ടോയ്‌ലറ്റിൽ അങ്ങോട്ടുമിങ്ങോട്ടും പോയി സ്റ്റാലിനെ ശുണ്ഠി പിടിപ്പിക്കാനുള്ള ധൈര്യം സംഭരിക്കാൻ അവൻ ശീലിച്ച കടുത്ത അച്ചടക്കം സമ്മതിച്ചില്ല. സ്റ്റാലിൻ കഥ പറഞ്ഞുകൊണ്ട് കണ്ണിലേക്കുറ്റുനോക്കിക്കൊണ്ടിരിക്കുന്തോറും അവന്റെ പേശികൾ വലിഞ്ഞുമുറുകുകയും മുഖം കോടിപ്പോവുകയും ചെയ്യുമായിരുന്നു. അപ്പോഴൊക്കെ കഥപറച്ചിലിന്റെ വേഗത സ്റ്റാലിൻ കുറച്ചുകൊണ്ട് വന്നു. കഥ കൂടുതൽ വളച്ചുകെട്ടിപ്പറഞ്ഞ് കഥയുടെ ക്ലൈമാക്സ് വലിച്ചുകൊണ്ടുപോകും. കലിനീന്റെ വലിഞ്ഞുമുറുകിയ മുഖപേശികൾ അയഞ്ഞ്, ഭാവം ശാന്തമായി, ശിരസ്സ് ഒരു സമാധാനവലയത്തിനുള്ളിലാകുംവരെ സ്റ്റാലിൻ കഥ തുടരും. കലിനീൻ ഒരു തവണകൂടി അവന്റെ യുദ്ധത്തിൽ തോറ്റിരിക്കുന്നെന്നു റപ്പായാൽ മാത്രം, സ്റ്റാലിൻ കഥാന്ത്യത്തിലെത്തി എഴുന്നേറ്റ് നിന്ന് സൗഹൃദവും സന്തോഷവും നിറഞ്ഞ ഒരു പുഞ്ചിരിയുമായി ആ കൂടിക്കാഴ്ച അവസാനിപ്പിക്കും. മറ്റ് കൂട്ടുകാരും എഴുന്നേറ്റ് നിന്ന് നനഞ്ഞുപോയ ട്രൗസർ മറയ്ക്കാനായി മേശയ്ക്കടിയിലോ കസേരയ്ക്കിടയിലോ ഒളിഞ്ഞു

നില്ക്കുന്ന അവരുടെ സുഹൃത്തിനെ കൃത്രിമദുഷ്ടതയോടെ നോക്കിച്ചിരിക്കും."

ഷാർലിന്റെ കൂട്ടുകാരും ബഹുരസത്തോടെ ഈ രംഗം നോക്കിക്കാണും. കലിബാങ് ആ രസകരമായ നിശ്ശബ്ദത ഭേദിക്കുംവരെ ഇത് തുടരും. എന്നാലും സ്റ്റാലിൻ എന്തിനാണ് ആ പാവം മനുഷ്യന്റെ പേര് ആ ജർമ്മൻ പട്ടണത്തിന്... ആയുസ്സ് മുഴുവൻ ചിലവഴിച്ച അതിപ്രശസ്തനായ... അതിപ്രശസ്തനായ..."

"ഇമ്മാനുവൽ കാന്റ്"

അലേൻ അവന്റെ കാതിൽ മന്ത്രിച്ചു.

സ്റ്റാലിന്റെ തെറ്റിദ്ധരിക്കപ്പെട്ട സ്നേഹം അലേൻ തിരിച്ചറിയുന്നു

ഒരാഴ്ചയ്ക്കുശേഷം അലേൻ അവന്റെ കൂട്ടുകാരെ ഒരു ബാറിൽവെച്ച് വീണ്ടും കണ്ടുമുട്ടി. (അല്ലെങ്കിൽ ഷാർല്ദ് ഗോൾ സ്ക്വയറിലായിരിക്കാം. എനിക്ക് ശരിക്കോർമ്മയില്ല) അവൻ അവരുടെ ചറപറ സംഭാഷണത്തിനിടയിൽ കയറി പ്പറഞ്ഞു. "സ്റ്റാലിൻ കലിനീന്റെ പേര് കാന്റിന്റെ പ്രസിദ്ധമായ പട്ടണത്തിന് നല്കിയതിൽ എനിക്ക് യാതൊരു സംശയവുമില്ല. എന്ത് വിശദീകരണമായിരിക്കും നിങ്ങളതിന് കൊടുക്കുക എന്നെനിക്കറിയില്ല. പക്ഷേ, ഞാനതിന് ഒരേയൊരു കാരണം മാത്രമേ കാണുന്നുള്ളൂ. കലിനീനോട് സ്റ്റാലിനിന് ഒരസാധാരണമായ സ്നേഹബന്ധമുണ്ടായിരുന്നു."

അവന്റെ സുഹൃത്തുക്കളുടെ മുഖത്ത് മിന്നിയ സന്തോഷമുള്ള ആശ്ചര്യം അവനെ തൃപ്തിപ്പെടുത്തുകയും പ്രചോദിപ്പിക്കുകയും ചെയ്തു. "എനിക്ക് നന്നായറിയാം - സ്നേഹം എന്ന പദം സ്റ്റാലിന്റെ പുകഴിന് ഒത്തുപോവില്ല. അവൻ ഈ നൂറ്റാണ്ടിന്റെ ലൂസിഫറാണ്. അവന്റെ ജീവിതം എന്നും കുരുക്കും ഗൂഢാലോചനയും ഒറ്റുകൊടുക്കലും യുദ്ധവും തടവും കൊലപാതകവും കൂട്ടക്കുരുതിയും

കൊണ്ട് നിറഞ്ഞതാണ് എന്നെനിക്കറിയാം. ഞാനത് നിഷേധിക്കുന്നില്ല. മറിച്ച്, വളരെ വ്യക്തതയോടെ അത് സമർത്ഥിക്കുന്നു. ഈ അതിക്രൂരതയുടെ ഭാണ്ഡക്കെട്ടുകളും പേറി നടന്ന ഒരാൾക്ക് ന്യായമായും ഇത്തരം കൃത്യങ്ങൾ ഒരുപാട് നടത്തേണ്ടിവരികയും അതിജീവിക്കേണ്ടിവരികയും ചെയ്യും. അങ്ങനെയൊരാളുടെ മനസ്സിൽ ഇത്രയേറെ അനുകമ്പ ഉണ്ടായിരിക്കുക എന്നത് അസാദ്ധ്യമാണ്. അത് തീർത്തും അമാനുഷികമാണ്. അയാളുടെ ജീവിതം ജീവിച്ചു തീർക്കാൻ അയാളെതന്നെ പൂർണ്ണമായും മരവിപ്പിക്കണം. പിന്നെ അനുകമ്പ ജനിപ്പിക്കാനുള്ള കഴിവ് ഇല്ലാതാക്കണം. പക്ഷേ, അവനെ നേർക്കുനേർ കാണുമ്പോൾ, കൊലകൾക്കിടയ്ക്കുള്ള ചെറിയ ചെറിയ ഇടവേളകളിൽ, നീണ്ട സംസാരങ്ങൾക്കിടയിലുള്ള മൗനനിമിഷങ്ങളിൽ എല്ലാം മാറിപ്പോയി. തീർത്തും വ്യത്യസ്തമായ ഒരു വേദന അയാൾക്ക് നേരിടേണ്ടിവന്നു. യഥാർത്ഥമായ, വ്യക്തിപരമായ, മനസ്സിലാക്കാൻ പറ്റാത്ത ഒരു വേദന. അയാൾ കഷ്ടപ്പെടുന്ന തന്റെ സുഹൃത്തിനെ നോക്കി ആശ്ചര്യപ്പെട്ടു. വളരെ മിതമായതും അവനുതന്നെ അജ്ഞാതമായതുമായ ഒരു വികാരമവനുള്ളിൽ ജനിച്ചു. കഷ്ടപ്പെടുന്ന ഒരു മനുഷ്യനോടുള്ള സ്നേഹം അവന്റെ ഭയാനകമായ ജീവിതത്തിൽ ആ നിമിഷം ഒരു സമാശ്വാസം വീണ്ടുകിട്ടിയതുപോലെയായിരുന്നു. കലിനീന്റെ മൂത്രസഞ്ചിയിൽ നിറയുന്ന മൂത്രത്തിന്റെ മർദ്ദത്തിന്റെ അതേ താളത്തിലായിരുന്നു സ്റ്റാലിന്റെ ഹൃദയത്തിൽ അനുകമ്പ വളർന്നുകൊണ്ടിരുന്നതും. കുറെക്കാലമായി അനുഭവിക്കാതിരുന്ന, അനുഭവിക്കുന്നത് വേണ്ടെന്നുവെച്ച ആ വികാരത്തിന്റെ വീണ്ടെടുപ്പ് പറഞ്ഞറിയിക്കാനാവാത്ത ഒരനുഭൂതി അവനിൽ പകർന്നു.

അലേൻ തുടർന്നു "അവിടെയാണ് ഈ കലേനെങ്ഗ്രാദിലെ കൊനിംഗ്സ്ബർഗിന്റെ ജിജ്ഞാസാഭരിതമായ പുനർനാമകരണത്തിന്റെ പ്രസക്തി. എന്റെ ജനനത്തിനും മുപ്പത് വർഷങ്ങൾക്ക് മുൻപാണിത് നടന്നത്. എന്തായാലും എനിക്ക് ആ സാഹചര്യം ഊഹിക്കാൻ കഴിയും. യുദ്ധം

തീർന്നതിനുശേഷം, റഷ്യ ഒരു പ്രശസ്തമായ ജർമ്മൻ പട്ടണം അവരുടെ സാമ്രാജ്യത്തോട് ചേർത്തു. അതിനെ റഷ്യവൽക്കരിക്കാനായി ഒരു പുതിയ പേരും കൊടുത്തു. വെറുമൊരു പേരിനുവേണ്ടി മാത്രം പേരിട്ടതല്ല. ഈ ഭൂഗോള ത്തിൽ വെച്ച് അതിപ്രശസ്തമായ ആ പുതിയ പേരിന്റെ പകിട്ട് ശത്രുക്കളുടെ വായടപ്പിക്കാൻ പ്രാപ്തമായിരിക്കണം. അങ്ങനെയുള്ള അനവധി പേരുകൾ റഷ്യക്കാരുടെ കൈയി ലുണ്ട്. കാതറീൻ ഗ്രാൻദ്! പുഷ്ക്കിൻ! ചെക്കോവ്സ്കി! ടോൾസ്റ്റോയ്. ഹിറ്റ്ലറെ തോല്പിച്ച ജനറൽമാരുടെ പേര് ഞാനെടുത്തുപറയുന്നില്ല. അക്കാലത്ത് ആ പേരുകൾ എങ്ങും അത്രയേറെ പുകഴ്ത്തപ്പെട്ടിരുന്നു. അപ്പോൾ സ്റ്റാലിൻ തീർത്തും അപ്രധാനമായൊരു പേര് തിരഞ്ഞെടു ത്തത് നമ്മളെങ്ങനെ മനസ്സിലാക്കാനാണ്? എങ്ങനെയാണ് സ്റ്റാലിൻ ഇത്തരമൊരു വിഡ്ഢിത്തരം ചെയ്യാൻ തീരുമാനി ച്ചത്? അതിനെന്തെങ്കിലും സ്വകാര്യവും വ്യക്തിപരവുമായ കാരണങ്ങളുണ്ടായിരിക്കാം. അവനുവേണ്ടി കഷ്ടപ്പെട്ട അയാളെപ്പറ്റി അനുകമ്പയോടെ അവനോർത്തു. അവന്റെ കൺമുന്നിൽവെച്ച്, അവന്റെ വിശ്വസ്തതയ്ക്ക് നന്ദി പ്രകാശി പ്പിക്കാൻ അവൻ ആഗ്രഹിച്ചു. അവന്റെ അർപ്പണ മനോ ഭാവത്തെ ആദരിക്കാനും... എനിക്ക് തെറ്റിപ്പോയെങ്കിൽ റമോങ്, നിനക്കെന്നെ തിരുത്താം. ചരിത്രത്തിന്റെ ആ ചെറിയ ഇടവേളയിൽ സ്റ്റാലിൻ, ലോകത്തിൽവെച്ചേറ്റവും ശക്തനായ രാജ്യതന്ത്രജ്ഞനായിരുന്നെന്ന് അവന് നന്നാ യറിയാമായിരുന്നു. എല്ലാ പ്രസിഡന്റുമാർക്കും രാജാക്കന്മാർ ക്കുമിടയിൽ മാനുഷിക പരിഗണനയില്ലാതെയെടുക്കുന്ന രാഷ്ട്രീയ തീരുമാനങ്ങളെ നിന്ദിക്കാൻ കഴിയുന്ന ഒരേ ഒരാൾ. തീർത്തും വ്യക്തിപരവും അസംബന്ധവും ഉജ്വലവും ശ്രേഷ്ഠമായതും. അസാധാരണവും അതിമോഹനമായി നിരർത്ഥകമായതും. അതായിരുന്നു സ്റ്റാലിൻ."

മേശമേൽ ഒരു റെഡ് വൈൻകുപ്പി തുറന്നുവെച്ചിരുന്നു. അലേന്റെ ഗ്ലാസ് കാലിയായിരുന്നു. അവൻ അത് നിറച്ചു കൊണ്ട് തുടർന്നു.

"ഇപ്പോൾ നിങ്ങളുടെ മുന്നിൽ ഞാനീ കഥ പറയുമ്പോൾ ഈ കഥയിൽ കൂടുതൽ കൂടുതൽ അഗാധമായ ഒരു അർത്ഥം ഞാൻ കാണുന്നു."

ഒരിറക്ക് വൈൻകൂടി കുടിച്ചശേഷം അവൻ തുടർന്നു. "അവന്റെ ട്രൗസർ നനക്കാതിരിക്കാനായുള്ള കഷ്ടപ്പാട്... സ്വന്തം ശരീരശുദ്ധിയുടെ രക്തസാക്ഷിയാവാനായി... കിനിയുന്ന, മൂത്രസഞ്ചി നിറയുന്ന, തുളുമ്പാറായ പേടിപ്പിക്കുന്ന, ആക്രമിക്കുന്ന, കൊല്ലാതെ കൊല്ലുന്ന മൂത്രപ്രവാഹത്തെ എതിരിടാനായി... ഇതിലേറെ വിരസവും മാനുഷികവുമായ ഒരു നായകത്വമുണ്ടോ? വലിയവരെന്ന് പറയപ്പെടുന്നതും ഞങ്ങളുടെ തെരുവുകൾ നീളെ അലങ്കരിക്കപ്പെട്ടതുമായ അവരുടെ പേരുകളെ ഞാൻ വെറുക്കുന്നു. അവരൊക്കെ പ്രശസ്തരായത് അവരുടെ ജീവിതലക്ഷ്യത്താലും പൊങ്ങച്ചത്താലും കള്ളത്തരത്താലും ക്രൂരതയാലുമാണ്. ഓരോ മനുഷ്യനും അനുഭവിച്ച കഷ്ടപ്പാടിന്റെ ഓർമ്മയായി അവനൊഴികെ മറ്റാർക്കുമൊരു വൈഷമ്യങ്ങളുമുണ്ടാക്കാത്ത ഒരു പോരാട്ടത്തിന്റെ ഓർമ്മയായി അവന്റെ പേരെന്നെന്നും നില നില്ക്കും. അവന്റെ പേരുമാത്രം നിലനില്ക്കും."

അവൻ പ്രസംഗം നിർത്തിയപ്പോഴേക്കും എല്ലാവരും വികാരാധീനരായിപ്പോയിരുന്നു.

ഒരു നിശ്ശബ്ദതയ്ക്കുശേഷം റമോങ് പറഞ്ഞു. "അലേൻ, നിന്റെ പക്ഷത്ത് ശരിക്കും ന്യായമുണ്ട്. എന്റെ മരണശേഷം, കലെനേൻഗ്രാദ് കലെനേൻഗ്രാദ് തന്നെയായി നിലനില്ക്കുന്നുണ്ടോ എന്നറിയാനായി കാലം ചെല്ലുമ്പോൾ ഞാനുണർന്നെണീറ്റ് വരും. കാര്യങ്ങളുടെ കിടപ്പ് അങ്ങനെയൊക്കെയായതിനാൽ എനിക്ക് മനുഷ്യരാശിയോട് അല്പം ഐക്യം തോന്നുന്നു. സഹിഷ്ണുതയോടെ പൊരുത്തപ്പെട്ട ഞാൻ വീണ്ടും എന്റെ ശവക്കല്ലറയിലേക്ക് മടങ്ങും."

ഭാഗം മൂന്ന്

സ്വന്തം അമ്മമാരെപ്പറ്റി ഇടയ്ക്കിടെ ഓർത്തുപോകുന്ന അലേനും ഷാർലും

ആദ്യമായവൻ പൊക്കിളിന്റെ നിഗൂഢതയെപ്പറ്റി ബോധവാനായത് അമ്മയെ അവസാനമായി കണ്ടപ്പോഴാണ്

വീട്ടിലേക്ക് മെല്ലെ മടങ്ങുമ്പോൾ അലേൻ ആ പെൺകൊടി കളെ നോക്കി. ഓരോ പെൺകുട്ടിയും അരയ്ക്ക് വളരെ കീഴെയായി ബെൽറ്റിട്ട് മുറുക്കിയ പാന്റ്സിനും തീരെ ഇറക്കം കുറഞ്ഞ ടീഷർട്ടിനുമിടയിലെ നഗ്നമായ പൊക്കിൾ ച്ചുഴി പ്രദർശിപ്പിച്ചുകൊണ്ടായിരുന്നു നടന്നിരുന്നത്. അവ രുടെ വശീകരണശക്തി നിതംബങ്ങളിലോ, തുടകളിലോ, മുലകളിലോ അല്ല കേന്ദ്രീകരിച്ചിരിക്കുന്നത്, മറിച്ച് അവരുടെ ശരീരമദ്ധ്യത്തിലുള്ള വട്ടത്തിലുള്ള ആ കൊച്ചുകുഴിയിലാ യിരുന്നു എന്ന ഭാവത്തിലായിരുന്നു അവരുടെ നടത്തം.

ഞാനാവർത്തിക്കുകയാണോ? നോവലിന്റെ ആരംഭത്തി ലുപയോഗിച്ചിരുന്ന അതേ വാക്കുകൾതന്നെ ഈ അദ്ധ്യായം തുടങ്ങാൻ ഉപയോഗിക്കുകയാണോ? എനിക്കറിയാം. പൊക്കിൾ എന്ന പ്രഹേളികയോടുള്ള അലേന്റെ ഭ്രമത്തെ പ്പറ്റി മുന്നേ പറഞ്ഞിട്ടുണ്ടെങ്കിലും അത് അവനെ എന്നും വേട്ടയാടിയിരുന്നെന്ന കാര്യം ഒളിപ്പിച്ചുവെക്കാൻ ഞാൻ ആഗ്രഹിക്കുന്നില്ല. നിങ്ങളും മാസക്കണക്കിന് അല്ലെങ്കിൽ വർഷക്കണക്കിന് അതേ പ്രശ്നത്തെപ്പറ്റി ചിന്താഗ്രസ്തനാ യിരുന്നതുപോലെയുണ്ട് (തീർച്ചയായും അലേനെ സദാ മഥിക്കുന്ന ഇക്കാര്യത്തെ അപേക്ഷിച്ച് മറ്റു പലതും ഒന്നു മല്ലെന്നുതന്നെ പറയാം.) തെരുവിലൂടെ അലയുമ്പോൾ, പല പ്പോഴും അവൻ പൊക്കിൾച്ചുഴിയെപ്പറ്റി ചിന്തിക്കും.

ആവർത്തനവിരസതയില്ലാതെ, അപരിചിതമായ നിർബന്ധ ബുദ്ധിയോടെ, പൊക്കിൾ അവനിൽ ഒരോർമ്മ ഉണർത്തിക്കൊണ്ടിരുന്നു. അവന്റെ അമ്മയുമായുള്ള അവസാനത്തെ കൂടിക്കാഴ്ചയുടെ ഓർമ്മ.

അപ്പോൾ അവന് പത്തുവയസ്സായിരുന്നു. അവധിക്കാലത്ത് തനിച്ചായിരുന്നു അവനും അച്ഛനും. ഒരു പൂന്തോട്ടവും നീന്തൽക്കുളവുമുള്ള ഒരവധിക്കാല വാടകവില്ലയിലായിരുന്നു അവർ. ഒരുപാട് വർഷങ്ങളുടെ ഇടവേളയ്ക്കു ശേഷം ആദ്യമായി അവരുടെ വീട്ടിൽ വന്നതായിരുന്നു അമ്മ. അമ്മയും അമ്മയുടെ മുൻഭർത്താവും വീട്ടിൽ പൂട്ടിയിട്ടപോലെയിരിക്കുകയായിരുന്നു പതിവ്. ഒരു കിലോമീറ്റർ ചുറ്റളവിലുള്ള അന്തരീക്ഷത്തിന് അതു കാരണം ഒരു ശ്വാസം മുട്ടലനുഭവപ്പെട്ടിരുന്നു. എത്രനാൾ അവരിവിടെ താമസിക്കുമോ ആവോ? ഒന്നോ രണ്ടോ മണിക്കൂറിലേറെ ഉണ്ടാവാനുള്ള സാദ്ധ്യതയില്ല. അലേൻ ആ സമയം നീന്തൽക്കുളത്തിൽ തനിച്ച് കളിച്ചുരസിക്കാൻ ശ്രമിക്കുകയായിരുന്നു. അവനോട് യാത്രപറയാൻ അമ്മ വന്നപ്പോൾ നീന്തൽക്കുളത്തിൽനിന്ന് കയറിവന്നു. അമ്മ ഒറ്റയ്ക്കായിരുന്നു. എന്തായിരിക്കും അവർ അന്യോന്യം സംസാരിച്ചിരിക്കുക? അവനതറിയില്ല. ഒന്നുമാത്രമേ ഓർമ്മയുള്ളൂ. അമ്മ പൂന്തോട്ടത്തിലെ ഒരു കസേരയിൽ ഇരിക്കുകയായിരുന്നു. നനഞ്ഞ് വെള്ളമിറ്റുവീഴുന്ന നീന്തൽക്കുപ്പായവുമിട്ട് അവർക്ക് നേരെ അവൻ അഭിമുഖമായി നിന്നു. അവർ അന്യോന്യം സംസാരിച്ചതൊക്കെ അവൻ മറന്നിരുന്നു. പക്ഷേ, ഒരു നിമിഷം മാത്രം ഓർമ്മയിൽ തറഞ്ഞുനിന്നിരുന്നു. ഒരു ശിലയിലെന്ന പോലെ കൊത്തിവെച്ച ജീവസ്സുറ്റ ഒരു നിമിഷം. കസേരയിലിരുന്ന്, അവൾ മകന്റെ പൊക്കിൾ തറച്ചുനോക്കി. ആ നോട്ടം അവന്റെ വയറ്റിൽ അവനനുഭവിക്കുമായിരുന്നു. മനസ്സിലാക്കാൻ പറ്റാത്തൊരു നോട്ടം. അനുകമ്പയും നിന്ദയും ഇടകലർന്ന വിശദീകരിക്കാനാവാത്ത ഒരു വികാരപ്രകടനം പോലെയാണ് തോന്നിയത്. അമ്മയുടെ ചുണ്ടുകൾ ഒരു

പുഞ്ചിരി വിടർന്നു. അനുകമ്പയും പുച്ഛവും കലർന്നൊരു പുഞ്ചിരി. പിന്നെ കസേരയിൽനിന്നെഴുന്നേല്ക്കാതെ, അവൾ അവനുനേരെ ചാഞ്ഞ്, ചൂണ്ടുവിരൽകൊണ്ട് അവന്റെ പൊക്കിളൊന്നു തൊട്ടു. പൊടുന്നനെ അമ്മ എഴുന്നേറ്റു. അവനെ ആലിംഗനം ചെയ്തു. (ശരിക്കും അവർ അവനെ ആലിംഗനം ചെയ്തിരുന്നോ? ചെയ്തിരിക്കാം; പക്ഷേ അവന് അത് ഉറപ്പില്ല) ഉടനെ അവൾ അവിടം വിട്ടു പോവുകയും ചെയ്തു. പിന്നീടവൻ ഒരിക്കലും അമ്മയെ കണ്ടിരുന്നില്ല.

ഒരു സ്ത്രീ കാറിൽ നിന്നിറങ്ങിവരുന്നു

പുഴയോരത്തുകൂടിയുള്ള റോഡിലൂടെ ഒരു ചെറുകാർ പൊയ്ക്കൊണ്ടിരുന്നു. നഗരപ്രാന്തത്തിന്റെ അതിരിലും നഗരത്തിനുമിടയിൽ ജനവാസം വളരെ കുറഞ്ഞതും കാൽ നടക്കാരെപ്പോലും കാണാനില്ലാത്തതും ആകർഷണീയത ഏറെയില്ലാത്തതുമായ തണുത്ത അന്തരീക്ഷം ആ ഭൂപ്രകൃതി ഏറെ അനാഥമാക്കിത്തീർത്തിരുന്നു. റോഡരികിലായി കാർ നിന്നു. അതിൽനിന്നു യുവതിയും സുന്ദരിയുമായ ഒരു സ്ത്രീ പുറത്തിറങ്ങി. വിചിത്രമായ ഒരു കാര്യം. കാറിന്റെ കതക് തീർത്തും അലക്ഷ്യമായാണവർ തള്ളിയടച്ചത് എന്നാണ്. കാർ ലോക്കായിട്ടില്ലെന്നുറപ്പായിരുന്നു. ചുറ്റിലും കള്ളന്മാർ നടമാടുന്ന ഇക്കാലത്ത് ഇങ്ങനെയൊരു അശ്രദ്ധയുടെ അർത്ഥമെന്തായിരിക്കും? ആ സ്ത്രീ അത്രയേറെ വിഹ്വലമായ മനോനിലയിലായിരുന്നോ?

ഇല്ല, അങ്ങനെ തോന്നുന്നില്ല. മറിച്ച്, അവളുടെ മുഖത്ത് നിശ്ചയദാർഢ്യം തെളിഞ്ഞു കാണാമായിരുന്നു. ലക്ഷ്യം അവൾക്ക് നന്നായറിയാമായിരുന്നു. നല്ല ഇച്ഛാശക്തിയുള്ള സ്ത്രീ. ഒരു നൂറടിയോളം റോഡരികിലൂടെ നടന്ന് ഉയര മുള്ളതും വാഹനഗതാഗതം വിലക്കിയതുമായ ഇടുങ്ങിയ ഒരു പാലത്തിന് നേരെ അവൾ നടന്നു. അവിടെനിന്ന് മറുകര

ലക്ഷ്യംവെച്ച് നടത്തം തുടർന്നു. പലവട്ടം ചുറ്റും നോക്കി ക്കൊണ്ടിരുന്നു. മറ്റാരോ പ്രതീക്ഷിക്കുന്ന ഒരു സ്ത്രീയെ പ്പോലെയോ, മറ്റാരേയോ പ്രതീക്ഷിക്കുന്ന ഒരു സ്ത്രീയെ പ്പോലെയോ ആയിരുന്നില്ല അവർ. പാലത്തിന് മദ്ധ്യേ യെത്തിയതും അവൾ നടത്തം നിർത്തി. ഒറ്റ നോട്ടത്തിൽ, അവളെന്തോ ശങ്കിക്കുന്നതുപോലെ തോന്നി. എന്നാൽ, അത് ശങ്കയോ നിശ്ചയദാർഢ്യമോ ഒന്നുമായിരുന്നില്ല. മറിച്ച് അവളുടെ ശ്രദ്ധ കേന്ദ്രീകരിച്ച നിമിഷമായിരുന്നു അത്. അവളുടെ നിശ്ചയദാർഢ്യത്തിന്റെ മൂർച്ചകൂടിയ നിമിഷം. എന്നാൽ നിശ്ചയദാർഢ്യമാണെന്ന് പറയാൻ പറ്റുമോ? കൃത്യമായി പറഞ്ഞാൽ, അവളുടെ വെറുപ്പ്, അതേ ശങ്ക യെന്നു തോന്നിച്ച ആ ഇടവേള, അവളുടെ എതിർപ്പ് അവ ളോടൊപ്പംതന്നെ നില്ക്കണമെന്നുള്ള, അവളെ പിന്തുണ യ്ക്കണമെന്നുള്ള, ഒരു നിമിഷം പോലുമവളെ ഒറ്റയ്ക്കാക്കി പോവരുതെന്ന ഒരഭ്യർത്ഥനപോലെയായിരുന്നു.

പെട്ടെന്ന് അവൾ ഒരു കാൽ റീലിംഗിനു മുകളിലേക്കെ ടുത്തുവെച്ച് പുഴയിലേക്കെടുത്തു ചാടി. ആ വീഴ്ചയുടെ അവസാനം, ജലപ്പരപ്പിന്റെ കട്ടിയുള്ള പ്രതലത്തിൽ ക്രൂര മായി ഇടിച്ചുവീണപ്പോൾ വെള്ളത്തിന്റെ തണുപ്പ് അവളെ വിറങ്ങലിപ്പിച്ചുവെങ്കിലും നീണ്ട ചില നിമിഷങ്ങൾക്ക് ശേഷം അവൾ മെല്ലെ മുഖമുയർത്തി. നല്ലൊരു നീന്തൽ ക്കാരിയായതിനാൽ അവളുടെ എല്ലാ അനൈച്ഛികപ്രവർത്ത നവും മരിക്കണമെന്ന ലക്ഷ്യത്തിനെതിരെ ആഞ്ഞടിച്ചു. അവളുടെ തല ഒന്നുകൂടി മുങ്ങിത്താണു. വെള്ളം കുടിക്കാ തിരിക്കാൻ പാടുപെട്ടു, ശ്വാസം മുട്ടാതിരിക്കാനും. അപ്പോൾ അവൾ ഒരു നിലവിളി കേട്ടു. മറുകരയിൽനിന്ന് ആരോ അവളെ കണ്ടിരിക്കുന്നു. മരിക്കുന്നതെളുപ്പമായിരിക്കില്ലെന്ന് അവൾക്ക് മനസ്സിലായി. അവളുടെ വലിയ ശത്രു നീന്തൽ ക്കാരിയുടെ ക്ഷിപ്രപ്രതികരണമായിരിക്കും. എന്നാൽ ഇപ്പോൾ അത് അവൾ ഇനിയും കണ്ടിട്ടില്ലാത്ത ഒരു മനുഷ്യ നായിരുന്നു. അവൾക്ക് പോരാടേണ്ടിവരും. സ്വന്തം മരണത്തെ രക്ഷപ്പെടുത്താനുള്ള പോരാട്ടം.

അവൾ കൊല്ലുന്നു

അവൾ നിലവിളി കേട്ട ദിക്കിലേക്ക് നോക്കി. ആരോ പുഴയിലേക്ക് ചാടിയിരിക്കുന്നു. അവൾ ആലോചിച്ചു. ഇതിൽ ആർക്കായിരിക്കും ഏറെ വേഗത? സ്വയം മുങ്ങി മരിക്കാനായി, വെള്ളം കുടിച്ച് മരിക്കാനായി വെള്ളത്തിനടി യിൽത്തന്നെ നില്ക്കുന്ന അവൾക്കോ, അതോ ആ തെളിഞ്ഞുവരുന്ന രൂപത്തിനോ? ശ്വാസകോശത്തിൽ വെള്ളം നിറഞ്ഞ് പാതിമുങ്ങിത്താഴുമ്പോൾ അവളുടെ രക്ഷകന് എളുപ്പത്തിൽക്കിട്ടുന്ന ഒരു ഇരയാവില്ലേ അവൾ? അയാൾ അവളെ പുഴക്കരയിലേക്ക് വലിച്ചുകൊണ്ടുപോകും. എന്നിട്ട് തറയിൽ കിടത്തി, ശ്വാസകോശത്തിലുള്ള വെള്ളം വായ യോട് വായ ചേർത്ത് വലിച്ചെടുക്കും. രക്ഷാഭടന്മാരുടെയോ പൊലീസിന്റെയോ സഹായം തേടും. അങ്ങനെ രക്ഷ പ്പെടുത്തും. എന്നന്നേക്കുമായി അവൾ അങ്ങനെ അവഹേളി തയായിത്തീരും.

"മുങ്ങല്ലേ, മുങ്ങല്ലേ!" ആ മനുഷ്യൻ വിളിച്ചുകൂവി.

എല്ലാം ഞൊടിയിടയിൽ തകിടംമറിഞ്ഞു. വെള്ളത്തി നടിയിലേക്ക് ഊളിയിട്ട് പോകുന്നതിനുപകരം, അവൾ തല പൊക്കിപ്പിടിച്ച് ശക്തി സംഭരിക്കാനായി ദീർഘശ്വാസ മെടുത്തു. അവൻ അവൾക്ക് മുന്നിലെത്തിക്കഴിഞ്ഞിരുന്നു. അതൊരു ചെറുപ്പക്കാരനായിരുന്നു. പ്രശസ്തനാകാൻ കൊതിക്കുന്ന, സ്വന്തം പടം പത്രത്തിൽ വരാൻ കൊതി ക്കുന്ന ഒരു യുവാവ്. അവൻ "അരുതേ, അരുതേ" എന്ന് ആവർത്തിക്കുക മാത്രം ചെയ്തു. അവൻ അവൾക്ക് നേരെ കൈനീട്ടിക്കഴിഞ്ഞിരുന്നു. അവൾ അത് തട്ടിമാറ്റുന്നതിനു പകരം ആ കൈകളിൽ മുറുകെ പിടിച്ച് ആ കൈകളെ പുഴ യുടെ ആഴങ്ങളിലേക്ക് വലിച്ചുകൊണ്ടുപോയി. അവൻ ഒരു തവണകൂടി നിലവിളിച്ചു.

"വേണ്ട, നിർത്തൂ!"

അവന് പറയാനറിയുന്ന ഒരേയൊരു പദമാണതെന്ന പോലെ. അതിനുശേഷം അവനൊന്നും മിണ്ടിയില്ല. അവൾ അവന്റെ കൈകൾ മുറുകെ പിടിച്ച് ആഴങ്ങളിലേക്ക് വലിച്ച ടുപ്പിച്ച്, ജലപാളികളിൽ നീണ്ടുനിവർന്ന് ശ്വാസമെടുത്ത് കിടന്നു. അവന്റെ ശിരസ്സ് വെള്ളത്തിനു മുകളിൽ ഒരു തവണ കൂടി പൊങ്ങി വരാതിരിക്കാനായി. പിന്നെ ഒരുപാട് ദീർഘ നിമിഷങ്ങൾക്കുശേഷം അവൻ പിടച്ചിൽ നിർത്തി. അവൾ അവനെ അതേ നിലയിൽ അല്പനേരം കൂടിയമർത്തി പ്പിടിച്ചു. ക്ഷീണിതയായി, വിറച്ചുകൊണ്ട് അവന് മേലെ ത്തന്നെ അവൾ വിശ്രമിച്ചു. പിന്നെ അവളുടെ ശരീരത്തി നടിയിലുള്ള അവന്റെ ശ്വാസം നിലച്ചെന്നുറപ്പായപ്പോൾ അവൾ അവന്റെ പിടിവിട്ട്, അവൾ വന്ന മറുകരയിലേക്ക് തന്നെ തിരിച്ചുപോയി. നടന്ന സംഭവത്തിന്റെ ഒരു നിഴൽ പോലും ബാക്കിവെക്കാതെ. പക്ഷേ എന്താണ് സംഭവിച്ചത്? അവൾ തന്റെ ദൃഢനിശ്ചയം മറന്നുപോയോ? അവളിൽ നിന്നും മരണം അപഹരിക്കാൻ ശ്രമിച്ചവന്റെ ജീവൻ നഷ്ട പ്പെടുത്തിയിട്ടും അവളെന്താണ് മുങ്ങിമരിക്കാഞ്ഞത്? അവസാനം തീർത്തും സ്വതന്ത്രയായപ്പോഴും എന്തുകൊണ്ടാ ണവൾ മരണം ആഗ്രഹിക്കാതിരുന്നത്?

അപ്രതീക്ഷിതമായി തിരിച്ചുകിട്ടിയ ജീവിതം അവളുടെ ദൃഢനിശ്ചയം തകർത്തുടച്ച ഒരു ഞെട്ടൽ പോലെയായി രുന്നു. അവളുടെ ഊർജ്ജം സ്വന്തം മരണത്തിനായി കേന്ദ്രീ കരിക്കാനുള്ള ശക്തി അവളിൽ ഉണ്ടായിരുന്നില്ല. അവൾ വിറയ്ക്കുന്നുണ്ടായിരുന്നു. പൊടുന്നനെ ആത്മവിശ്വാസവും ഓജസ്സും നഷ്ടപ്പെട്ടവളായി കാർ നിർത്തിയ അതേ സ്ഥല ത്തേക്ക് യാന്ത്രികമായവൾ നീന്തിക്കൊണ്ടിരുന്നു.

അവൾ വീട്ടിലേക്ക് മടങ്ങുന്നു

പതുക്കെപ്പതുക്കെ വെള്ളത്തിന്റെ ആഴം കുറഞ്ഞു കുറഞ്ഞുവന്നു. അവൾ കാലുകൾ ചളിയിലുറപ്പിച്ച് നേരെ

നിന്നു. നഷ്ടപ്പെട്ട ചെരുപ്പുകൾ നോക്കാൻ പോലും അശക്ത യായിരുന്നു. ചെരുപ്പില്ലാതെ വെള്ളത്തിൽനിന്ന് കരയിലേക്ക് കടന്ന് റോഡിലേക്ക് കയറി.

പുതുതായി കൈവന്ന ലോകം ആതിഥ്യവിമുഖത കാണിച്ച അവൾ ഉത്കണ്ഠാകുലയായി. കൈയിൽ കാറിന്റെ താക്കോലില്ലായിരുന്നു. അതെവിടെപ്പോയിരിക്കും? അവളുടെ പാവാടയ്ക്ക് കീശയില്ലായിരുന്നു. മരണത്തിന് നേരെ നടന്നു ചെല്ലുമ്പോൾ വഴിയിൽ വിട്ടതിനെപ്പറ്റി നമ്മൾ വ്യാകുല പ്പെടുകയില്ല. അവൾ കാറിൽനിന്ന് പുറത്ത് കടന്നപ്പോൾ ഭാവി മുന്നിലുണ്ടായിരുന്നില്ല. അവൾക്കൊന്നും ഒളിച്ചു വെക്കാനുമുണ്ടായിരുന്നില്ല. പക്ഷേ, ഇപ്പോൾ പെട്ടെന്ന് എല്ലാം ഒളിക്കേണ്ടതായി വന്നു. ഒരു നേരിയ പാടുപോലും ബാക്കിവെക്കാതെ ഉത്കണ്ഠ കൂടുതൽ കൂടുതൽ ശക്ത മായിക്കൊണ്ടിരുന്നു. താക്കോൽ എവിടെയാണ്? ഞാനെ ങ്ങനെ വീട്ടിലെത്തും?

അവൾ കാറിനടുത്തെത്തി. കതകു വലിച്ചുനോക്കിയതും അവളെ അമ്പരപ്പിച്ചുകൊണ്ട് അത് താനെ തുറന്നു. കാറിന്റെ ഡാഷ് ബോർഡിൽ അവൾ ഇട്ടേച്ച് പോന്ന താക്കോൽ കാത്ത് കിടക്കുന്നുണ്ടായിരുന്നു. സ്റ്റീയറിംഗിന് മുന്നിലിരുന്ന് അവളുടെ നഗ്നപാദങ്ങൾ പെഡലിൽ വെച്ചു. അവൾ നടു ങ്ങുന്നുണ്ടായിരുന്നു. തണുത്തു വിറയ്ക്കുന്നുണ്ടായിരുന്നു. വസ്ത്രങ്ങൾ മുഴുവൻ പുഴയിലെ വൃത്തികെട്ട വെള്ളത്തിൽ നനഞ്ഞുകുതിർന്നിരുന്നു. ആ വെള്ളം കാറിൽ പരന്നു. താക്കോൽ തിരിച്ചതും കാർ ഓടിത്തുടങ്ങി.

അവൾക്കുമേൽ ജീവിതം അടിച്ചേല്പിക്കാനാഗ്രഹിച്ച വൻ മുങ്ങിമരിച്ചു. ആരെ കൊല്ലണമെന്നവളാഗ്രഹിച്ചോ അവൻ വയറ്റിനുള്ളിൽ ജീവിച്ചിരിക്കുന്നു. ആത്മഹത്യ എന്ന ആശയം എന്നന്നേക്കുമായി തുടച്ചുനീക്കപ്പെട്ടിരിക്കുന്നു. ഇനിയൊരാവർത്തനമില്ലാതെ - ആ യുവാവ് മരിച്ചിരി ക്കുന്നു. ഗർഭസ്ഥശിശു ജീവനോടെയിരിക്കുന്നു. എന്താണ്

സംഭവിച്ചത് എന്നാരും കണ്ടുപിടിക്കാതിരിക്കാൻ അവൾ ഇനിയെന്തും ചെയ്യും? അവൾ വിറച്ചുകൊണ്ടിരുന്നു. ആത്മ വിശ്വാസം സടകുടഞ്ഞെഴുന്നേറ്റു. ഇനി അവളുടെ സമീപ ഭാവിയെപ്പറ്റി മാത്രമാണ് ചിന്ത. ആരുടേയും കണ്ണിൽ പ്പെടാതെ എങ്ങനെ കാറിൽനിന്ന് പുറത്തുകടക്കും? ഈ നനഞ്ഞ് കുതിർന്ന വസ്ത്രങ്ങളുമായി പാറാവുകാരന്റെ കണ്ണ് വെട്ടിച്ചെങ്ങനെ ഉള്ളിൽക്കയറും?

അതേ നിമിഷം അലേന് സ്വന്തം ചുമലിൽ ശക്തമായ ഒരിടിയുടെ ആഘാതമനുഭവപ്പെട്ടു.

"വിഡ്ഢീ, കണ്ണ് കണ്ടുകൂടേ?"

അവൻ തിരിഞ്ഞുനോക്കിയപ്പോൾ അവന് തൊട്ടടുത്ത് നടപ്പാതയിൽ ഊർജ്ജസ്വലയായി വേഗത്തിൽ നടന്നു പോകുന്ന ഒരു പെൺകുട്ടിയെകണ്ടു.

''ക്ഷമിക്കണം'', അവളെ നോക്കി അവൻ വിളിച്ചു പറഞ്ഞു (ബലഹീനമായ ശബ്ദത്തിൽ)

"മൂലക്കുഴി" ചുറ്റിലും നോക്കാതെ അവൾ പറഞ്ഞു.

(അവളുടെ കനത്ത ശബ്ദത്തിൽ)

മാപ്പപേക്ഷിക്കുന്നവർ

ഒറ്റമുറി അപ്പാർട്ടുമെന്റിൽ അവൻ ഏകനായപ്പോൾ, തന്റെ ചുമലിലെ വേദന മാറിയിട്ടില്ലെന്ന കാര്യം അലേൻ ഓർത്തു. രണ്ട് രാത്രികൾക്ക് മുമ്പ് തെരുവിൽവെച്ച് വളരെ സമർത്ഥമായി അവനെ ഇടിച്ചിട്ടപോലെ കടന്നുപോയ ചെറുപ്പക്കാരി കരുതിക്കൂട്ടിത്തന്നെയാണ് അത് ചെയ്തതെന്ന കാര്യം അവൻ ഉറപ്പിച്ച് കഴിഞ്ഞിരുന്നു. അവനെ 'വിഡ്ഢി' എന്ന് സംബോധന ചെയ്തിട്ട് കടന്നുകളഞ്ഞ അവളുടെ കർണ്ണകഠോരമായ ശബ്ദം മറക്കാൻ കഴിഞ്ഞില്ല. "എന്നോട് ക്ഷമിക്കൂ" എന്ന സ്വന്തം യാചനയും. തുടർന്ന വൾ പറഞ്ഞ 'മൂലക്കുഴി' എന്ന വാക്കും വീണ്ടും വീണ്ടും

കാതിൽ മുഴങ്ങി. വീണ്ടും ഒരിക്കൽക്കൂടി യാതൊരു കാരണവുമില്ലാതെ അവൻ ക്ഷമാപണം നടത്തിയിരിക്കുന്നു. എപ്പോഴും സ്വയമറിയാതെ പ്രതികരിച്ച് ക്ഷമ ചോദിച്ചു പോകുകയാണ്. ആ സംഭവം മനസ്സിൽനിന്ന് മായാതെയിരുന്നതിനാൽ ആരോടെങ്കിലുമൊന്ന് സംസാരിക്കണം എന്ന് തോന്നി. മദലേന് ഫോൺ ചെയ്തു. അവൾ പാരീസിലുണ്ടായിരുന്നില്ല. സെൽഫോൺ ഓഫായിരുന്നു. അതിനാൽ ചാൾസിന്റെ നമ്പറിൽ വിളിച്ചു. സുഹൃത്തിന്റെ ശബ്ദം മറുതലയ്ക്കൽ കേട്ടതും ക്ഷമ ചോദിച്ചുകൊണ്ടു പറഞ്ഞു.

"എന്നോടു മുഷിയരുത്. ഞാൻ വളരെ ചീത്ത മൂഡിലാണ്. എനിക്കല്പം സംസാരിക്കണം."

"ഇത് നല്ല കാര്യംതന്നെ. ഞാനും അതേ മൂഡിലാണ്. പക്ഷേ, നിനക്കിതെന്തുപറ്റി?"

"എനിക്കെന്നോടുത്തന്നെയുള്ള ദേഷ്യം കാരണം ഓരോ അവസരത്തിലും എന്തുകൊണ്ടാണ് ഞാൻ തെറ്റ് ചെയ്തുപോയത് എന്നുള്ള തോന്നലാണ്..."

"അതത്ര വലിയ കാര്യമൊന്നുമല്ല."

"തെറ്റ് ചെയ്തെന്നും ഇല്ലെന്നും ഉള്ള തോന്നൽ. ആ തോന്നലിലാണ് എല്ലാം ഉൾക്കൊണ്ടിരിക്കുന്നത് എന്നാണ് തോന്നുന്നത്. എല്ലാവർക്കും എല്ലാവരോടും എതിരെയുള്ള ഒരു പോരാട്ടമാണ് ജീവിതം. അതാർക്കുമറിയാം. പക്ഷേ, സംസ്കാരസമ്പന്നമായ ഒരു സമൂഹത്തിൽ എങ്ങനെയായിരിക്കും ഈ സമരം നടക്കുക? കണ്ടുമുട്ടുന്ന നിമിഷംതന്നെ നമുക്കന്യോന്യം അടിപിടികൂടാൻ സാധിക്കില്ല. അതിനു പകരമായി തെറ്റ് ചെയ്തെന്ന കുറ്റം മറ്റൊരാളിൽ നാം കെട്ടിവെക്കുന്നു. മറ്റേയാളിൽ കുറ്റബോധമുണർത്താൻ കഴിഞ്ഞവൻ വിജയിക്കും. എന്തോ ചിന്തിച്ചുകൊണ്ട് നിങ്ങൾ തെരുവിലൂടെ നടക്കുന്നു എന്നിരിക്കട്ടെ. ഈ ലോകത്തിൽ ഞാനൊരാൾ മാത്രമേയുള്ളൂ എന്ന ഭാവത്തിൽ, ഇടതും വലതും നോക്കാതെ നിങ്ങൾക്ക് നേരെ എതിർദിശയിൽ

നിന്ന് ഒരു പെൺകൊടി നടന്നുവരുന്നു. നിങ്ങൾ അന്യോന്യം കൂട്ടിയിടിക്കുന്നു. ഇതാണ് യഥാർത്ഥ നിമിഷം. ആര് ആരെ യാണ് വിഴുങ്ങാൻ പോകുന്നത്? ആരാണ് ക്ഷമ ചോദിക്കാൻ പോകുന്നത്? ഇതൊരു ക്ലാസ്സിക് സാഹചര്യമാണ്. സത്യം പറഞ്ഞാൽ അതിലൊരാൾ ഇടിച്ചവനും മറ്റേയാൾ ഇടി കിട്ടിയവനുമാണ്. എന്നിരുന്നാലും ചില ആൾക്കാർ ഉണ്ട്. ആ നിമിഷം തന്നെ വളരെ നൈസർഗ്ഗികമായി ഇടിച്ച യാളായി സ്വയമങ്ങ് തീർച്ചയാക്കും. അങ്ങനെ കുറ്റക്കാര നായി സ്വയം മുദ്ര കുത്തും. മറ്റുള്ളവർ സ്വമേധയാ ഇടിക്ക പ്പെട്ടവരായി കരുതി, അപരന്റെമേൽ ഉടനടി പഴി ചുമ ത്താനും അവനെ ശിക്ഷിക്കാനുമായി തിരക്ക് കൂട്ടും. നിന്റെ കാര്യമെങ്ങനെയാണ്? അങ്ങനെയൊരു സാഹചര്യത്തിൽ നീ മാപ്പുചോദിക്കുമോ, അതോ കുറ്റാരോപണം നടത്തുമോ?"

"ഞാനോ, ഞാൻ തീർച്ചയായും മാപ്പ് ചോദിക്കും."

"അയ്യോ, എന്റെ പാവം സുഹൃത്തേ, നീയുമപ്പോൾ മാപ്പി രക്കുന്നവരുടെ പടയോടൊപ്പം തന്നെയാണല്ലേ? നിന്റെ ക്ഷമാപണംകൊണ്ട് മറ്റവനെ സാന്ത്വനപ്പെടുത്താൻ കഴിയു മെന്ന് നീ കരുതുന്നുണ്ടോ?

"തീർച്ചയായും."

"പക്ഷേ, നിനക്ക് തെറ്റ് പറ്റിയിരിക്കുന്നു. സ്വയം ക്ഷമ ചോദിക്കുന്നവൻ തെറ്റുകാരനാണെന്ന് പ്രസ്താവിക്കുക യാണ്. നീയത് ചെയ്യുമ്പോൾ തുടർച്ചയായി നിന്നെ മുറി വേല്പിക്കാൻ മറ്റവനെ നീ പ്രോത്സാഹിപ്പിക്കുകയാണ്. പരസ്യമായി നിന്നെ മരണംവരെ നിരസിക്കലാണത്."

"നിന്റെ ആദ്യക്ഷമാപണത്തിന്റെ പരിണിതഫലങ്ങ ളാണിത്."

"ശരിയാണ്. നാം ക്ഷമാപണം ചെയ്യരുത്. എന്നാലും എല്ലാവരും പരസ്പരം ക്ഷമാപണം ചെയ്യുന്ന ഒരു ലോകം ഞാൻ ഇഷ്ടപ്പെടുന്നു. യാതൊരു വിലക്കുമില്ലാതെ,

തീർത്തും അനാവശ്യമായ, പെരുപ്പിച്ച് ഒരു പ്രയോജനവു മില്ലാതെ, ക്ഷമാപണം ചെയ്തവർ സ്വയം തരംതാഴുന്നു."

"നീയിത് വളരെ വേദനിക്കുന്ന സ്വരത്തിലാണല്ലോ പറയുന്നത്?" അലേൻ ആശ്ചര്യപ്പെട്ട് പറഞ്ഞു.

"രണ്ട് മണിക്കൂറായി ഞാനെന്റെ അമ്മയെപ്പറ്റി മാത്രമാണ് ഓർക്കുന്നത്."

"എന്ത് പറ്റി?"

മാലാഖമാർ

"അമ്മയ്ക്ക് സുഖമില്ല. എന്തെങ്കിലും ഗൗരവമായിട്ടുണ്ടാകുമോ എന്നാണെനിക്ക് പേടി. ഇപ്പോഴാണമ്മയെന്നെ വിളിച്ചത്."

"താർബിൽ നിന്നാണോ?"

"അതെ."

"അമ്മ ഒറ്റയ്ക്കാണോ?"

"അല്ല, സഹോദരനൊപ്പമുണ്ട്. അയാൾക്ക് അമ്മയെക്കാളേറെ പ്രായമുണ്ട്. വിവരമറിഞ്ഞതും കാറെടുത്തവിടെ പോകാനാണെനിക്ക് തോന്നിയത്. പക്ഷേ, അത് അസാധ്യമാണല്ലോ. മാറ്റിവെക്കാൻ പറ്റാത്തൊരു ജോലി എനിക്കിന്ന് വൈകുന്നേരം ചെയ്തുതീർക്കാനുണ്ട്. ഒരു തല്ലിപ്പൊളി ജോലി. നാളെ ഞാനെന്തായാലും പോകും."

"പലപ്പോഴും ഞാൻ നിന്റെ അമ്മയെക്കുറിച്ച് ചിന്തിക്കാറുണ്ട്."

"നിനക്കമ്മയോടിഷ്ടം തോന്നും. അമ്മ തമാശക്കാരിയാണ്. അമ്മയ്ക്ക് നടക്കാൻ പ്രയാസമുള്ളപ്പോൾ ഞങ്ങളൊന്നിച്ച് കളിച്ച് രസിക്കുമായിരുന്നു."

"ഈ തമാശക്കളികളോടുള്ള നിന്റെ ഇഷ്ടം നിനക്കമ്മയിൽനിന്ന് കിട്ടിയതാണോ?"

"ആയിരിക്കാം."

"വിചിത്രം തന്നെ."

"എന്തുകൊണ്ട്?"

"നീ അമ്മയെപ്പറ്റി എന്നോട് മുന്നേ പറഞ്ഞ കാര്യങ്ങൾ വെച്ച് ഞാനവരെ ഫ്രാൻസിസ് ജെയിംസിന്റെ കവിതയിൽ നിന്ന് വന്നതാണെന്ന് സങ്കല്പിക്കുമായിരുന്നു. കഷ്ടപ്പെടുന്ന മൃഗങ്ങളോടും വൃദ്ധരായ കർഷകരോടുമൊപ്പം കഴുതകൾക്കും മാലാഖമാർക്കും മദ്ധ്യേ."

"അതെ, അവരങ്ങനെയാണ്.

ചാൾസ് പറഞ്ഞു.

പിന്നെ അല്പനിമിഷങ്ങൾക്ക് ശേഷം-

"എന്താണ് നിങ്ങൾ മാലാഖമാർ എന്നു പറഞ്ഞത്?"

"എന്തുകൊണ്ടാണത് നിങ്ങളെ അതിശയപ്പെടുത്തുന്നത്?"

"എന്റെ നാടകത്തിൽ..."

ഒന്നു നിർത്തിയ ശേഷമവൻ തുടർന്നു.

"നിങ്ങൾക്ക് മനസ്സിലായിരിക്കും. പാവകൾക്കായുള്ള എന്റെ നാടകം. അതൊരു കളി മാത്രമാണ്. ഒരു ചൂടൻ ആശയം. ഞാനതെഴുതുന്നില്ല. സങ്കല്പിക്കുന്നതേ ഉള്ളൂ. എനിക്ക് താത്പര്യമുള്ള മറ്റൊന്നും ഇല്ലാതിരുന്നാൽ പിന്നെ എന്ത് ചെയ്യാൻ കഴിയും...? എന്തായാലും ഈ നാടകത്തിന്റെ അവസാനഅങ്കത്തിൽ ഒരു മാലാഖയുണ്ടെന്ന് സങ്കല്പിക്കും."

"ഒരു മാലാഖയോ? എന്തുകൊണ്ട്?"

"എനിക്കറിയില്ല."

"എങ്ങനെയായിരിക്കും നാടകം അവസാനിക്കുക?"

"ഇപ്പോഴനിക്കൊന്നേ അറിയുള്ളൂ. നാടകാവസാനത്തിലൊരു മാലാഖയുണ്ടാകുമെന്നുമാത്രം."

"മാലാഖ എന്നാൽ നീ എന്താണർത്ഥമാക്കുന്നത്?"

"എനിക്ക് ദൈവശാസ്ത്രത്തിൽ വലിയ അറിവൊന്നു മില്ല. മറ്റുള്ളവർ പറയുന്നതുവെച്ച് മനസ്സിലാക്കിയത് മാലാഖ യെന്നാൽ സ്നേഹവായ്പിനും നന്മകൾക്കും വേണ്ടി നാം ആർക്ക് നന്ദി ചെലുത്താനാഗ്രഹിക്കുന്നോ അവരാണ്: നിങ്ങളൊരു മാലാഖയാണ് എന്ന് അമ്മയോട് പലരും പല പ്പോഴും പറയാറുണ്ട്. അതിനാലാണ് നീ കഴുതകൾക്കും മാലാഖമാർക്കുമൊപ്പം അമ്മയെക്കണ്ടെന്ന് പറഞ്ഞപ്പോൾ എനിക്കദ്ഭുതം തോന്നിയത്. അവരങ്ങനെയാണ്."

"എനിക്കും ദൈവശാസ്ത്രത്തിൽ വലിയ പിടിയൊ ന്നുമില്ല. സ്വർഗ്ഗത്തിൽനിന്നും ഭൂമിയിലേക്കെറിയപ്പെട്ടവരാണ് മാലാഖമാർ എന്നുമാത്രം ഞാനോർക്കുന്നു."

"അതെ. സ്വർഗ്ഗത്തിൽനിന്നും ഭൂമിയിലേക്കെറിയ പ്പെട്ടവർ."

"മാലാഖമാരെപ്പറ്റി നമുക്ക് മറ്റെന്തറിയാം? അവരുടെ ശരീരപ്രകൃതിയെപ്പറ്റി? മെലിഞ്ഞ് സുന്ദരികളായ..."

"വാസ്തവമാണ്. തടിച്ച് കുമ്പയുള്ള ഒരു മാലാഖയെ പ്പറ്റി സങ്കല്പിക്കുക സാദ്ധ്യമല്ലല്ലോ."

"അവർക്ക് മനോഹരമായ ചിറകുകളുണ്ട്. തൂവെള്ള നിറമാണ്. എനിക്ക് തെറ്റിയില്ലെങ്കിൽ അവർക്ക് ലിംഗഭേദ മില്ല. അതാണവരുടെ വെണ്മയ്ക്ക് കാരണം."

"ശരിയായിരിക്കാം."

"അവരുടെ നന്മയ്ക്കും."

"അതും ശരിയായിരിക്കാം."

പിന്നെ ഒരു നിമിഷത്തെ നിശ്ശബ്ദതയ്ക്കുശേഷം അലേൻ ചോദിച്ചു: "മാലാഖയ്ക്ക് പൊക്കിൾക്കുഴിയുണ്ടാ വുമോ?"

"നീയെന്താ അങ്ങനെ ചോദിച്ചത്?"

"മാലാഖയ്ക്ക് ലിംഗമില്ലെങ്കിൽ അത് സ്ത്രീയുടെ ഉദരത്തിൽനിന്ന് പിറക്കാൻ വഴിയില്ല."

"തീർച്ചയായും ഇല്ല."

"അതിനാൽ മാലാഖയ്ക്ക് പൊക്കിളില്ല."

"അതെ, തീർച്ചയായും പൊക്കിളില്ല..." ഒരിക്കൽ ഒരു ഹോളിഡേ വില്ലയിലെ നീന്തൽക്കുളത്തിനരികിൽ ചൂണ്ടു വിരലാൽ തന്റെ പത്തുവയസ്സുള്ള മകന്റെ പൊക്കിൾച്ചുഴി തൊട്ടുനോക്കിയിരുന്ന ചെറുപ്പക്കാരിയായ ഒരമ്മയുടെ ചിത്രം അലേന് ഓർമ്മ വന്നു. അവൻ ചാൾസിനോട് പറഞ്ഞു: "ഇതൊക്കെ അതിശയം തന്നെ. കുറച്ച് നേരമായി ഞാനും അമ്മയെത്തന്നെ ഓർത്തുകൊണ്ടിരിക്കുന്നു... സാദ്ധ്യതയുള്ളതും ഇല്ലാത്തതുമായ എല്ലാ സാഹചര്യങ്ങളിലും..."

"പ്രിയ സുഹൃത്തേ... മതി മതി... നമുക്കിവിടെ നിർത്താം. ആ നശിച്ച കോക്ക്ടെയ്ൽ പാർട്ടി ഒരുക്കേണ്ട പണിയുണ്ടെ നിക്ക്..."

ഭാഗം നാല്
നല്ല 'മൂഡ്' തേടുന്ന സുഹൃത്തുക്കൾ

കലിബാങ്

പിന്നീട് ജീവിതത്തിന്റെ അർത്ഥം തന്നെയായി മാറിയ ആദ്യജോലിയിൽ കലിബാങ് ഒരു നടനായിരുന്നു. അവന്റെ തിരിച്ചറിയൽ രേഖകളിൽ പതിച്ച ജോലി അതായിരുന്നു. കുറെക്കാലമായി അവൻ തൊഴിലില്ലായ്മ വേതനം വാങ്ങിയത് ജോലിയില്ലാത്ത നടനായിരുന്നതിനാണ്. അവസാനമായവനെ അരങ്ങിൽകണ്ടത് ഷേക്സ്പിയറിന്റെ 'ദി ടെംപസ്റ്റ്' എന്ന നാടകത്തിലെ കലിബാങ് എന്ന കിരാതന്റെ വേഷത്തിലാണ്. തൊലി മുഴുവൻ ബ്രൗൺ ചായംപൂശി തലയിലൊരു കറുപ്പ് വിഗ്ഗുമായി ഒരു ഭ്രാന്തനെപ്പോലെ കൂക്കി വിളിച്ചുകൊണ്ട് അരങ്ങ് തകർത്തു. ആ അവതരണം സുഹൃത്തുക്കളെ വളരെയേറെ ആനന്ദിപ്പിച്ചു. ആ പരിപാടിക്കു ശേഷം അവന്റെ അഭിനയം ഓർക്കാനായി അവനെ കലിബാങ് എന്ന പേരിട്ട് വിളിക്കാൻ അവർ തീരുമാനിച്ചു.

അതൊരുപാട് വർഷങ്ങൾക്കു മുന്നേയായിരുന്നു. അതിനുശേഷം നാടകക്കമ്പനികളൊന്നും തന്നെ അവനെ അഭിനയിക്കാൻ വിളിക്കാൻ മെനക്കെട്ടില്ല. അങ്ങനെ കാലം ചെല്ലുന്തോറും സഹായധനങ്ങളൊക്കെ കുറഞ്ഞുകുറഞ്ഞില്ലാതായി. ജോലിയില്ലാത്ത ആയിരക്കണക്കിന് നടന്മാരോടും നർത്തകരോടും പാട്ടുകാരോടും ചെയ്തതുപോലെ. അങ്ങനെയൊരു കാലത്താണ് കോക്ക്ടെയ്ൽ പാർട്ടികൾ

നടത്തിക്കൊടുത്ത് പണം സമ്പാദിച്ചിരുന്ന ഷാർല് അവനെ വിളമ്പൽക്കാരനായി ജോലിക്കെടുത്തത്. അപ്രകാരം കലിബാങിന് ചെറിയൊരു വരുമാനമാർഗ്ഗമുണ്ടായി. അതിലുപരിയായി സ്വന്തം നഷ്ടദൗത്യങ്ങൾ തേടിക്കൊണ്ടിരുന്ന നടൻ എന്ന നിലയ്ക്ക് സ്വത്വം മാറ്റിക്കൊണ്ടിരിക്കാനുള്ള ഒരു സാഹചര്യമാണ് അവൻ അതിൽ കണ്ടത്.

സൗന്ദര്യാത്മകമായ പുതുപുത്തൻ ആശയങ്ങൾ (ഋഷിതുല്യനായ ബോസ്, ഷേക്സ്പിയറിന്റെ കലിബാങ് ഇവരൊക്കെ പുതുമയുള്ളവരല്ലേ?) അഭിനയിക്കാനുള്ള ഒരു നടന്റെ കഴിവാണല്ലോ കഥാപാത്രത്തിന്റെ സ്വഭാവത്തേക്കാൾ പ്രധാനപ്പെട്ടത്. കാരണം, അത് അവന്റെ യഥാർത്ഥ ജീവിതവുമായി ബന്ധപ്പെട്ടു കിടക്കുന്നു എന്നവർ വിശ്വസിച്ചു. ഇത് മനസ്സിൽവെച്ചാണ് ഷാർലിനോടൊപ്പം ഒരു ഫ്രഞ്ചുകാരനായല്ലാതെ, അവനു ചുറ്റുമുള്ള, മറ്റാർക്കും മനസ്സിലാകാത്ത ഒരു ഭാഷ കൈകാര്യം ചെയ്യുന്ന ഒരു വിദേശിയായി മാത്രം ജോലിചെയ്യാൻ നിർബന്ധം കാണിച്ചത്. ഒരു പുതിയ നാട് തിരഞ്ഞെടുക്കേണ്ട അവസരം വന്നപ്പോൾ തൊലിയുടെ നിറം നോക്കാതെ പാക്കിസ്ഥാൻ തെരഞ്ഞെടുത്തു. എന്തുകൊണ്ട് പാടില്ല? ജന്മനാട് തെരഞ്ഞെടുക്കുന്നത് - അതത്ര എളുപ്പമൊന്നുമല്ല - പക്ഷേ ആ നാടിന്റെ ഭാഷ മനസ്സിലാക്കുന്നത് - അതാണ് വൈഷമ്യം പിടിച്ചത്.

ഒരു മുപ്പത് നിമിഷനേരത്തേക്ക് ഒരു നിമിഷകവിയെപ്പോലെ കരുതി സങ്കല്പത്തിലുള്ള ഒരു ഭാഷ സംസാരിച്ചു നോക്കൂ! ഒരേ ശബ്ദം നിങ്ങൾ ആവർത്തിക്കും. നിങ്ങളുടെ ചറപറ പറച്ചിൽ ഭാഷ മെച്ചപ്പെടുത്താനുള്ള ഒരു അടവായി ത്തോന്നും. ഇല്ലാത്തൊരു ഭാഷയിൽ സംസാരിച്ചുകാണിക്കുന്നതിന് വിവിധശബ്ദങ്ങൾ വിശ്വസിക്കാൻ പറ്റും വിധത്തിൽ കോർത്ത് സംസാരിക്കണം. ഒരു പ്രത്യേകതരം

ഉച്ചാരണത്തോടെ 'അ' ആയാലും 'ഒ' ആയാലും ഫ്രഞ്ചു കാർ ഉച്ചരിക്കുന്നതുപോലെ നമ്മൾ ഉച്ചരിക്കുകയില്ല. ഏത് സ്വരാക്ഷരത്തിലാണ് സാധാരണമായ ഊന്നൽ കൊടുക്കേണ്ടതെന്ന് തീരുമാനിക്കണം.

സംസാരം നൈസർഗ്ഗികമാക്കാൻ, ഈ നിരർത്ഥകമായ ശബ്ദങ്ങൾക്ക് പിന്നിൽ ഒരു വ്യാകരണപരമായ നിർമ്മിതിയുണ്ടെന്ന് സങ്കല്പിക്കണം. കൂടാതെ വാക്കാണ് ക്രിയാപദമെന്നും ഏതാണ് നാമമെന്നും അറിയണം. രണ്ട് സുഹൃത്തുക്കളുടെ കാര്യമാണെങ്കിൽ, രണ്ടാമത്തെയാളുടെ പങ്ക് എന്തെന്ന് കണ്ടുപിടിക്കേണ്ടത് പ്രധാനമാണ്. ഫ്രഞ്ചുകാരൻ അതായത് ഷാർല്, അവന് പാക്കിസ്ഥാനിഭാഷ സംസാരിക്കാനറിയില്ലെങ്കിൽ അതിലുള്ള ചില പദങ്ങളെങ്കിലും അറിഞ്ഞിരിക്കണം. അടിയന്തര സാഹചര്യങ്ങളിൽ ഒരു ഫ്രഞ്ചുപദം പോലും ഉരിയാടാതെ അവർക്ക് ആശയ വിനിമയം ചെയ്യാൻവേണ്ടി.

ഇത് വളരെ വിഷമം പിടിച്ചതാണെങ്കിലും രസകരവുമാണ്. അയ്യോ - കഷ്ടം, ഏറ്റവും രസകരമായ തമാശ പോലും കാലംചെല്ലുമ്പോൾ പഴഞ്ചനാകുമല്ലോ. ചില കോക്ക്ടെയ്ൽ പാർട്ടികളിലെ രണ്ട് സുഹൃത്തുക്കളുടെ മുമ്പേ നടന്ന കളിതമാശകൾ രസിച്ചിരുന്നെങ്കിലും താമസിയാതെ കലിബാങിന് വിരസമായ ഈ പഴഞ്ചൻ കളികൾക്കൊണ്ട് യാതൊരു പ്രയോജനവുമില്ലെന്ന് മനസ്സിലായി. അതിഥികൾക്കൊന്നുംതന്നെ അവനോട് യാതൊരു താത്പര്യവുമുണ്ടായിരുന്നില്ല. അവന്റെ ഭാഷ മനസ്സിലാവാത്തതിനാൽ അവൻ പറയുന്നതൊന്നുമവർ ശ്രദ്ധിച്ചിരുന്നില്ല. വെറും ആംഗ്യഭാഷകൊണ്ടുമാത്രം അവർക്ക് കഴിക്കാനെന്തു വേണമെന്ന് അവർ അവനെ മനസ്സിലാക്കിപ്പിച്ച് അതിലവർ തൃപ്തിപ്പെട്ടു. അവൻ ആസ്വാദകരില്ലാത്ത ഒരു നടനായി മാറിക്കഴിഞ്ഞിരുന്നു.

വെള്ള ജാക്കറ്റുകളും
പോർച്ചുഗീസ് പെൺകൊടിയും

പാർട്ടി ആരംഭിക്കുന്നതിനു രണ്ടു മണിക്കൂർ മുന്നേ അവർ ദർദലൊവിന്റെ അപ്പാർട്ട്മെന്റിലെത്തി.

“മാഡം, ഇതെന്റെ സഹായിയാണ്. ആൾ പാക്കിസ്ഥാനിയാണ്. പക്ഷേ, അവനൊരു ഫ്രഞ്ച് വാക്കുപോലും സംസാരിക്കാനറിയില്ല.” ഷാർല് അവനെ പരിചയപ്പെടുത്തിയപ്പോൾ കലിബാങ് ദർദലൊവിന്റെ പത്നിയെ ആചാരപൂർവ്വം വണങ്ങിക്കൊണ്ട് മനസ്സിലാവാത്ത എന്തൊക്കെയോ ചില വാചകങ്ങൾ മന്ത്രിച്ചു. സംഭാഷണത്തിന് യാതൊരു ശ്രദ്ധയും കൊടുക്കാതിരുന്ന, തീർത്തും അലക്ഷ്യമായ അവരുടെ പെരുമാറ്റം, അവൻ വളരെ ബുദ്ധിപരമായി കണ്ടുപിടിച്ച അവന്റെ ഭാഷയുടെ നിരുപയോഗം അവനെ ബോദ്ധ്യപ്പെടുത്തി. അവനിൽ മൗഢ്യം നിറഞ്ഞു.

ഭാഗ്യവശാൽ ഈ നിരാശയ്ക്ക് ശേഷമുണ്ടായ ഒരു കൊച്ചുസന്തോഷം അവനെ സമാധാനിപ്പിച്ചു. മാഡം ദർദലൊ ഇവരുടെ രണ്ടുപേരുടെയും കാര്യങ്ങൾ ശ്രദ്ധിക്കാനായി ഏർപ്പാടാക്കിയ വേലക്കാരി, പരദേശിയായ അവനെ കണ്ണിമയ്ക്കാതെ നോക്കിക്കൊണ്ടിരുന്നു. പല തവണ അവൾ കലിബാങിനോട് സംസാരിച്ചെങ്കിലും അവന് അവന്റെ ഭാഷ മാത്രമേ അറിയുകയുള്ളൂയെന്നവൾ മനസ്സിലാക്കി. അപ്പോൾ ആദ്യം കുഴങ്ങിപ്പോയെങ്കിലും പിന്നീട് അതിശയകരമായ ആ സാഹചര്യം തരണം ചെയ്തു. അവൾ പോർച്ചുഗീസായിരുന്നു. കാരണം കലിബാങ് അവളോട് പാക്കിസ്ഥാനിഭാഷയിൽ സംസാരിച്ചിരുന്നതിനാൽ, ഇഷ്ടമല്ലാത്ത ഫ്രഞ്ച് ഭാഷ ഉപേക്ഷിക്കാനുള്ള അവസരം അവൾക്കും കിട്ടി. അവളും അവനെപ്പോലെ മാതൃഭാഷ മാത്രമേ ഉപയോഗിക്കാറുണ്ടായിരുന്നുള്ളൂ. ഇരുവർക്കും പിടിയില്ലാത്ത വ്യത്യസ്തഭാഷകളിലുള്ള സംസാരം ഇരുവരെയും തമ്മിലടുപ്പിച്ചു.

ഒരു ചെറിയ ലോറി അപ്പോൾ വീടിനു മുന്നിൽ വന്നു നിന്നു. അതിൽനിന്ന് രണ്ട് ജോലിക്കാർ ഇറങ്ങിവന്ന് ഷാർല് ഓർഡർ കൊടുത്ത സാധനങ്ങളെല്ലാം അടുക്കളയിലെടുത്തു വെച്ചു. വൈൻ, വിസ്കി, വിവിധതരം പൊരിച്ച ഇറച്ചികൾ, സോസേജുകൾ. ജോലിക്കാരിയുടെ സഹായത്തോടെ ഹാളി ലുണ്ടായിരുന്ന നീളമുള്ള മേശമേൽ വലിയ തുണിവിരിച്ച് അതിൽ തളികകളും കുപ്പികളും ഗ്ലാസ്സുകളുമെല്ലാം അടുക്കി. പാർട്ടിയുടെ സമയമടുത്തപ്പോൾ, മാഡം ദർദലൊ അവർ ക്കനുവദിച്ച ഒരു ചെറിയ മുറിയിലേക്ക് പോയി. ഒരു സ്യൂട്ട് കേസിൽനിന്ന് രണ്ട് വെള്ള ജാക്കറ്റുകൾ പുറത്തെടുത്ത് ധരിച്ചു. അവർക്ക് കണ്ണാടി ആവശ്യമുണ്ടായിരുന്നില്ല. അവർ അന്യോന്യം നോക്കിയപ്പോൾ മനസ്സിൽ പൊട്ടിയ ചിരിയട ക്കാൻ കഴിഞ്ഞില്ല. ഇതവർക്ക് എന്നുമിത്തിരി സന്തോഷം നല്കിയിരുന്നു. ജീവിക്കാൻ വേണ്ടിയാണ് ഈ തൊഴിൽ ചെയ്യുന്നതെന്ന കാര്യം അവർ മറന്നുപോയിരുന്നു. അവരെ ആ വെള്ളക്കോട്ടിൽ കണ്ടപ്പോൾ ചെയ്യുന്നതെല്ലാം ഒരു തമാശയാണെന്ന് അവർക്ക് തന്നെ തോന്നി.

കലിബാങിനെ അവസാനത്തെ തളികകളെടുത്തുവെ ക്കാനേല്പിച്ച് ഷാർല് ഹാളിലേക്ക് പോയി. അപ്പോൾ തീരെ ചെറുപ്പമുള്ള; ആത്മവിശ്വാസം സ്ഫുരിക്കുന്ന കണ്ണുകളുള്ള ഒരു പെൺകൊടി അടുക്കളയിലെത്തി വേലക്കാരിക്ക് നേരെ തിരിഞ്ഞുപറഞ്ഞു.

"നീ ഒരു നിമിഷത്തേക്കുപോലും ഹാളിലേക്ക് വരരുത്. നമ്മുടെ അതിഥികൾ നിന്നെ കണ്ടുപോയെങ്കിൽ ഓടി പ്പൊയ്ക്കളയും."

ആ പോർച്ചുഗീസുകാരിയുടെ ചുണ്ടുകൾ നോക്കി ക്കൊണ്ടവൾ തകർത്ത് ചിരിച്ചു. "എവിടെനിന്നാണ് നിനക്കീ നിറം കിട്ടിയത്? നല്ല ആഫ്രിക്കൻപക്ഷിയെപ്പോലെയു ണ്ടല്ലോ? ബുറാങ്ബുബുബുവിലെ തത്തയെപ്പോലെ." ഇതും പറഞ്ഞ് ചിരിച്ചുകൊണ്ടവൾ അടുക്കളയിൽനിന്ന് പോയി.

ഈറൻപൊടിഞ്ഞ കണ്ണുകളോടെ ആ പോർച്ചുഗീസ് പെൺകൊടി അവളുടെ ഭാഷയിൽ കലിബാങിനോട് പറഞ്ഞു.

"മാഡം വളരെ നല്ല ശീലമുള്ളവരാണ്. പക്ഷേ അവരുടെ മകളുണ്ടല്ലോ! അവളൊരു സാധനം തന്നെയാ. അവൾക്ക് നിങ്ങളെ ഇഷ്ടപ്പെട്ടതിനാലാണ് അങ്ങനെ പറഞ്ഞത്. ഞാൻ പുരുഷന്മാർക്കിടയിലുള്ളപ്പോൾ അങ്ങനെയാണെപ്പോഴും പെരുമാറുക. അവർക്കുമുന്നിൽ എന്നെ അപമാനിച്ചാലവൾക്ക് സന്തോഷം കിട്ടും."

മറുപടി പറയാനാവാതെ കലിബാങ് അവളുടെ മുടി തലോടി. അവൾ കണ്ണുകളുയർത്തി അവനെ നോക്കിക്കൊണ്ട് പറഞ്ഞു (ഫ്രഞ്ചിൽ)

"നോക്കൂ, എന്റെ ലിപ്സ്റ്റിക് അത്ര മോശമാണോ?" അവളുടെ ചുണ്ടറ്റം മുഴുവനും അവന് കാണാനായി അവൾ തല ഇടതും വലതും തിരിച്ചു.

"അല്ലല്ലോ", അവൻ പറഞ്ഞു. (പാക്കിസ്ഥാനിയിൽ) "നിന്റെ ലിപ്സ്റ്റിക്കിന്റെ നിറം വളരെ നല്ലത് തന്നെ..."

ആ വെള്ളക്കോട്ടിൽ കലിബാങ് വളരെ ആകർഷണീയതയുള്ളവനും ഗാംഭീര്യമുള്ളവനുമായി അവൾക്ക് തോന്നി. അവൾ അവനോട് പറഞ്ഞു (പോർച്ചുഗീസിൽ)

"നിങ്ങളിവിടെയുള്ളതിൽ എനിക്കൊരുപാട് സന്തോഷമുണ്ട്."

സ്വന്തം വാചാടോപത്തിൽ മതിമറന്ന് അവൻ തുടർന്നു (പാക്കിസ്ഥാനിയിൽതന്നെ) "നിന്റെ ചുണ്ടുകൾ മാത്രമല്ല, നിന്റെ മുഖവും നിന്റെ ശരീരവും അടിമുതൽ മുടിവരെ...

എന്റെ മുന്നിൽ നിന്നെയിങ്ങനെ കാണുമ്പോൾ നീയെന്തു സുന്ദരിയാണ്... അതിസുന്ദരി..."

"ഓ... നിങ്ങളിവിടെയുള്ളതിലെനിക്കൊത്തിരി സന്തോഷമുണ്ട്." അവൾ മറുപടി പറഞ്ഞു. (പോർച്ചുഗീസിൽ)

ചുമരിൽ തൂക്കിയിട്ട ചിത്രം

ആ സായാഹ്നത്തിൽ കൃത്രിമവേഷത്തിലുള്ള കലിബാങിന് മാത്രമല്ല, എന്റെ എല്ലാ കഥാപാത്രങ്ങളിലും ദുഃഖഛായ കലർന്നിരുന്നു. അമ്മയുടെ രോഗത്തെപ്പറ്റിയുള്ള ഭീതി അലേനോട് പങ്കുവെച്ച, ഒരിക്കലും അനുഭവിച്ചറിഞ്ഞിട്ടില്ലാത്ത ആ പുത്രസ്നേഹം മനസ്സിൽത്തട്ടിയ ഷാർലിനും അപരിചിതമായ ഒരു ലോകം പ്രതിനിധാനം ചെയ്യുന്ന വൃദ്ധയായ ആ ഗ്രാമീണ സ്ത്രീയുടെ ചിത്രം മനസ്സിൽ തട്ടിയിരുന്നു. ആ ലോകം അവന്റെ ഗൃഹാതുരത്വമായിരുന്നു. സംഭാഷണം നീട്ടിക്കൊണ്ട് പോകണമെന്നാഗ്രഹിച്ചെങ്കിലും നിർഭാഗ്യവശാൽ ഷാർലിന് തിരക്കായിരുന്നതിനാൽ ഫോൺ കട്ട് ചെയ്യേണ്ടിവന്നു. അലേൻ മദലേനെ വിളിക്കാനായി അവന്റെ മൊബൈലെടുത്തു. ഫോൺ ബെല്ലടിച്ചുകൊണ്ടേയിരുന്നു. പക്ഷേ, അവൾ ഫോണെടുത്തില്ല. അത്തരം സമയങ്ങളിൽ പതിവ് പോലെ ചുമരിൽ തൂക്കിയിട്ട ചിത്രത്തിലേക്ക് അവൻ നോട്ടം മാറ്റി. അവന്റെ മുറിയിലാകെ ഈയൊരു ചിത്രം മാത്രമേ ഉണ്ടായിരുന്നുള്ളൂ. ഒരു യുവതിയുടെ മുഖം, അവന്റെ അമ്മയുടെ...

അലേൻ ജനിച്ച് ചില മാസങ്ങൾക്കുശേഷം, അവന്റെ അമ്മ യാതൊരു പരാതിയും പറയാതെ ഭർത്താവിനെ വിട്ടുപോയി. അയാളൊരു യോഗ്യനും ശാന്തശീലനുമായിരുന്നു. ഇത്രയേറെ യോഗ്യനായ ഒരു ഭർത്താവിനെ ഒരു സ്ത്രീക്കെങ്ങനെ ഉപേക്ഷിക്കാൻ കഴിഞ്ഞെന്ന് ആ കുഞ്ഞിന് മനസ്സിലായില്ല. അതും കുട്ടിക്കാലം മുതലുള്ള അവന്റെ ഓർമ്മയിലെ നല്ല മനുഷ്യനായിരുന്ന ഒരാളെ. കൂടാതെ അമ്മയ്ക്കെങ്ങനെ മകനെ ഉപേക്ഷിക്കാൻ കഴിഞ്ഞെന്നത് തെല്ലുപോലും മനസ്സിലായില്ല.

“ഇപ്പോഴവരെവിടെയാണ്?” അവൻ പിതാവിനോടന്വേഷിച്ചു.

“മിക്കവാറും അമേരിക്കയിൽ”

"മിക്കവാറുമെന്ന് പറഞ്ഞാൽ?"

"എനിക്കവളുടെ വിലാസമറിയില്ല."

"അത് നിങ്ങൾക്ക് തരേണ്ടതവരുടെ കടമയല്ലേ."

"അവൾക്കെന്നോട് യാതൊരു കടമയുമില്ല."

"പക്ഷേ, എന്നോടില്ലേ? എന്റെ വിവരമറിയണമെന്ന് അവർക്കാഗ്രഹമുണ്ടാവില്ലേ? ഞാനെന്തു ചെയ്യുന്നെന്ന് അറിയാനവർക്കാഗ്രഹമുണ്ടാവില്ലേ? ഞാനവരെക്കുറിച്ചോർക്കുന്നുണ്ടെന്ന് അറിയാനാഗ്രഹമുണ്ടാവില്ലേ?"

ഒരുനാൾ അച്ഛന്റെ നിയന്ത്രണം വിട്ടു. "നീ നിർബന്ധിക്കുന്നതിനാൽ ഞാനിത് പറയുകയാണ്. നീ ജനിക്കണമെന്ന് അമ്മയ്ക്കൊരിക്കലും ആഗ്രഹമുണ്ടായിരുന്നില്ല. നീ ഈ ചുറ്റുവട്ടത്തുള്ളത്, നിനക്ക് പ്രിയപ്പെട്ട ഈ കസേരയിൽത്തന്നെ നീയിങ്ങനെ ഇരിക്കുന്നത് ഒന്നുമവൾക്കിഷ്ടമല്ലായിരുന്നു. നിന്നോടൊപ്പമൊന്നുംതന്നെ ചെയ്യുന്നത് അവൾക്കിഷ്ടമായിരുന്നില്ല. ഇപ്പോഴെങ്കിലും നിനക്കിത് മനസ്സിലാവുന്നുണ്ടോ?"

അച്ഛൻ പൊട്ടിത്തെറിക്കുന്ന ഒരു മനുഷ്യനായിരുന്നില്ല. മനം മൂടിയ സ്വഭാവമായിരുന്നിട്ടുകൂടി ഒരു കുഞ്ഞിന് ജന്മം നല്കുന്നത് തടയാനാഗ്രഹിക്കുന്ന ഒരു സ്ത്രീയോട് സ്വന്തം വിസമ്മതം മറച്ചുവെക്കുന്നതിൽ അച്ഛൻ വിജയിച്ചില്ല.

വാടകയ്ക്കെടുത്ത അവധിക്കാലവില്ലയിൽ വെച്ച് അമ്മയുമൊത്തുണ്ടായ അലേന്റെ അവസാനത്തെ കണ്ടുമുട്ടലിനെപ്പറ്റി ഞാൻ മുന്നേ പറഞ്ഞിരുന്നല്ലോ. അപ്പോൾ അവന് പത്ത് വയസ്സാണ് പ്രായം. അവന്റെ അച്ഛൻ മരിച്ചപ്പോൾ പ്രായം പതിനാറ്. മരണാനന്തരച്ചടങ്ങുകൾ കഴിഞ്ഞ് കുറച്ച് നാളുകൾക്കുശേഷം ഒരു കുടുംബആൽബത്തിൽനിന്ന് അമ്മയുടെ ഒരു ഫോട്ടോ അവൻ പറിച്ചെടുത്തു. അത് ഫ്രെയിം ചെയ്ത് ചുമരിൽ തൂക്കിയിട്ടു. എന്തുകൊണ്ടാണ്

അവന്റെ സ്റ്റുഡിയോവിൽ അച്ഛന്റെ ഒരു ഫോട്ടോ ഇല്ലാതിരുന്നത്? എനിക്കതറിയില്ല. അത് യുക്തിഹീനമാണ്.

തീർച്ചയായും അന്യായം. യാതൊരു സംശയവുമില്ല. പക്ഷേ അതങ്ങനെയാണ്. അവന്റെ സ്റ്റുഡിയോവിന്റെ ചുമരിന്മേൽ ഒരേയൊരു ഫോട്ടോ മാത്രമാണ് തൂക്കിയിട്ടിരുന്നത്. അവന്റെ അമ്മയുടേത് മാത്രം. ഇടയ്ക്കിടെ, അവൻ അവരോട് സംസാരിച്ചുകൊണ്ടിരിക്കും.

ഒരു ക്ഷമാപണക്കാരനെങ്ങനെ ജന്മം കൊടുത്തു?

"അമ്മയെന്തുകൊണ്ടു ഗർഭഛിദ്രം നടത്തിയില്ല? അച്ഛൻ അതിൽനിന്ന് തടഞ്ഞിരുന്നോ?"

ചിത്രത്തിൽനിന്നുമൊരു ശബ്ദം അവനോടു പറയും: "നിനക്കതൊരിക്കലും അറിയാൻ കഴിയില്ല. നീയെന്നെപ്പറ്റി സങ്കല്പിക്കുന്നതൊക്കെ വെറും യക്ഷിക്കഥകൾ മാത്രമാണ്. പക്ഷേ, എനിക്കവയൊക്കെ ഇഷ്ടമാണ്. നിന്റെ യക്ഷിക്കഥകളും. നീയെന്നെ ഒരു ചെറുപ്പക്കാരനെ പുഴയിൽ തള്ളിയിട്ട് മുക്കിക്കൊന്ന കൊലയാളിയാക്കിയപ്പോഴും ഞാനതൊക്കെ ഇഷ്ടപ്പെട്ടിരുന്നു. അലേൻ, നീ തുടരൂ. എന്നോട് കഥകൾ പറയൂ. ഭാവനയിലുള്ള കഥകൾ പറയൂ. ഞാൻ ശ്രദ്ധിച്ചു കേൾക്കും."

പറഞ്ഞതുപോലെതന്നെ അലേൻ സങ്കല്പിച്ചു. അമ്മയുടെ ശരീരത്തിന് മുകളിൽ ചേർന്ന് കിടക്കുന്ന അച്ഛനെ സങ്കല്പിച്ചു. സംഭോഗത്തിന് മുന്നെത്തന്നെ അവൾ അയാൾക്ക് മുന്നറിയിപ്പ് നല്കിയിരുന്നു. "ഞാൻ ഗുളിക കഴിച്ചിട്ടില്ല, നീ ശ്രദ്ധിക്കണം."

അയാളവൾക്ക് ഉറപ്പ് കൊടുത്തു. അതിനാൽ വിശ്വാസക്കുറവൊന്നുമില്ലാതെ അവർ രതിക്രീഢയിലേർപ്പെട്ടു. അവളുടെ പുരുഷന്റെ മുഖത്ത് രതിമൂർച്ഛയിലേക്കടുക്കുന്നതിന്റെ അടയാളങ്ങൾ പ്രത്യക്ഷപ്പെട്ടപ്പോൾ അവൾ നിലവിളിക്കാൻ തുടങ്ങി.

"ശ്രദ്ധിക്കണേ, വേണ്ട, വേണ്ട, എനിക്കിഷ്ടമില്ല."

പക്ഷേ പുരുഷന്റെ മുഖം കൂടുതൽ കൂടുതൽ ചെമന്ന് തുടുത്തു. ചോരയിറ്റുവീഴുന്നതുപോലെ, തന്നോടെതിരിടുന്ന അവളെ ചേർത്ത് വരിഞ്ഞുമുറുക്കുന്ന അവന്റെ ഭാരമുള്ള ശരീരത്തെ അവൾ തള്ളിമാറ്റിക്കൊണ്ട് അടിപിടികൂടി. കുതറി മാറാൻ ശ്രമിച്ചു. പക്ഷേ, അവൻ അവളെ കൂടുതൽ ശക്തമായി ചുറ്റിവരിഞ്ഞു. അവനിൽ അത് പ്രണയതീവ്രതയല്ലെന്നും മുൻ കൂട്ടി തീരുമാനിച്ചതും ഉറഞ്ഞുപോയതുമായ ഇച്ഛാശക്തിയാ ണെന്നും അവൾക്ക് മനസ്സിലായി.

പക്ഷേ, അവൾക്ക് അത് ഇച്ഛാശക്തിയെക്കാളും ഉപരിയാണ്, വെറുപ്പാണത്, യുദ്ധം തോറ്റതിലുള്ള തീർത്തും ക്രൂരമായ വെറുപ്പ്.

അലേൻ അവരുടെ സംഭോഗം സങ്കല്പിച്ചത് ഇത് ആദ്യ തവണയായിരുന്നില്ല. ഈ സംഭോഗം അവനെ ഹിപ്നോട്ടൈസ് ചെയ്ത്, ഓരോ മനുഷ്യജീവിയും അതുരുവായ നിമിഷത്തിന്റെ യഥാർത്ഥ പ്രതിരൂപമാണെന്ന് ചിന്തിക്കാൻ പ്രേരിപ്പിച്ചു. കണ്ണാടിക്ക് മുന്നിൽ നിന്നുകൊണ്ട്, പിറവിക്ക് കാരണമായ ഇരട്ടി വെറുപ്പിന്റെ പാടുകൾക്കായി മുഖം പരിശോധിച്ചു. രതിമൂർച്ഛ നിമിഷത്തിലുള്ള ആണിന്റേയും പെണ്ണിന്റേയും വെറുപ്പ്. ശാരീരികമായി ശക്തനും സൗമ്യനുമായ പുരുഷന്റെ വെറുപ്പി ന്റേയും ധൈര്യശാലിയും ശാരീരികമായി ദുർബ്ബലയുമായ സ്ത്രീയുടെ വെറുപ്പിന്റേയും ഇണചേരൽ.

ആ ഇരട്ടവെറുപ്പുകളുടെ കനി ഒരു ക്ഷമാപണക്കാരനായി മാത്രമേ മാറുകയുള്ളൂ എന്ന് അവൻ വിലയിരുത്തി. അവൻ പിതാ വിനെപ്പോലെ ബുദ്ധിമാനുമാണ്. അമ്മ അവനെ കണ്ടത് പോലെ എപ്പോഴുമൊരു നുഴഞ്ഞുകയറ്റക്കാരൻ. സൗമ്യൻ. ഇണക്കാൻ പറ്റാത്ത യുക്തിവാദത്താൽ ജീവിതം മുഴുവൻ മാപ്പിരക്കാൻ വിധിക്കപ്പെട്ടവൻ.

ചുമരിൽതൂങ്ങുന്ന അമ്മയുടെ മുഖത്ത് നോക്കിയപ്പോൾ ഒരി ക്കൽകൂടി തോല്പിക്കപ്പെട്ട്, വെള്ളമിറ്റുവീഴുന്ന വസ്ത്രവുമായി

കാറിൽനിന്നിറങ്ങി പാറാവുകാരന്റെ കണ്ണിൽപ്പെടാതെ, കോണിപ്പടികൾ കയറിപ്പോകുന്ന സ്ത്രീയെ, സ്വന്തം ശരീരത്തിലെ നുഴഞ്ഞുകയറ്റക്കാരൻ അവളുടെ ശരീരമുപേക്ഷിക്കുംവരെ ജീവിക്കാനുള്ള അപ്പാർട്ടുമെന്റിലേക്ക് നഗ്നപാദയായി മടങ്ങുന്നവളെ മനസ്സിൽക്കണ്ടു. ചില മാസങ്ങൾ കഴിഞ്ഞാൽ അവൾ ഇരുവരെയും അവിടെ ഉപേക്ഷിച്ചുപോകുമെന്ന യാഥാർത്ഥ്യവും.

മോശമായ നിലയിൽ റമോങ് കോക്ക്ടെയ്ൽ പാർട്ടിക്കെത്തുന്നു

ല്യുക്സാംബുർഗ് കൊട്ടാരത്തിലെ തോട്ടത്തിൽ അവനെ അവസാനമായി കണ്ടുമുട്ടിയപ്പോൾ അവനോട് എന്തോ ഒരനുകമ്പ തോന്നിയിട്ടുപോലും അവനിഷ്ടപ്പെടാത്ത തരം ആളിലൊരാളാണ് ദർദലൊ എന്ന കാര്യത്തിൽ എന്തെങ്കിലും മാറ്റം വരുത്താൻ റമോങിനായില്ല. അവരിരുവർക്കും ഒരു പൊതുസ്വഭാവമുണ്ടായിരുന്നിട്ടുകൂടി. മറ്റുള്ളവരെ പ്രണയപ്രഭയിൽ കണ്ണഞ്ചിപ്പിക്കുന്ന, തമാശരൂപത്തിൽ സംസാരിച്ച് അവരെ അതിശയപ്പെടുത്തുന്ന, മറ്റുള്ളവരുടെ കൺമുന്നിൽ വെച്ച് സ്ത്രീമനസ്സ് പാട്ടിലാക്കുന്ന അവരുടെ സ്വഭാവം. റമോങ് ഒരു നാർസിസിസ്റ്റ് അല്ലാതിരുന്നിട്ടുകൂടി. മറ്റുള്ളവരിൽ അസൂയ ജനിപ്പിക്കുമെന്ന പേടിയോടെ അവൻ വിജയത്തിനായി മോഹിച്ചു. ആരാധിക്കപ്പെടാൻ വേണ്ടി അവൻ കൊതിച്ചെങ്കിലും ആരാധകന്മാരിൽനിന്നും അവനൊളിച്ചോടി. വ്യക്തിജീവിതത്തിലുണ്ടായ ചില മുറിവുകൾ കാരണം ഭീരുത്വം ഏകാന്തതയോടുള്ള അഭിനിവേശമായി മാറിയിരുന്നു. കഴിഞ്ഞവർഷം ജോലിയിൽനിന്ന് വിരമിച്ചവർക്കുള്ള പട്ടാളത്തിൽ ചേരേണ്ടിവന്നതിനുശേഷം പൊരുത്തപ്പെടാത്ത തന്റെ സ്വഭാവം കാരണം, പൊരുത്തപ്പെടാത്ത ആകാരത്തോടുകൂടി സമകാലീനമല്ലാത്ത ഒരു കഥാപാത്രമായി അവൻ മാറി. നമ്മുടെ കാലഘട്ടത്തിനൊക്കാത്ത ഒരു വയസ്സൻ കഥാപാത്രം.

അതിനാൽ, അവനോടൊപ്പം മുന്നേ ജോലിചെയ്തിരുന്ന (ഇനിയും ജോലിയിൽനിന്ന് വിരമിക്കാത്ത) സുഹൃത്ത് ക്ഷണിച്ചിരുന്ന കോക്ക്ടെയ്ൽ പാർട്ടി നിരസിക്കാൻ തീരുമാനിച്ചു. ചാൾസും കലിബാങ്ങും അവരുടെ ബോറടിക്കുന്ന വെയിറ്റർമാരുടെ പണി സഹിക്കാൻ അവന്റെ സാമീപ്യത്തിന് മാത്രമേ സാധിക്കുകയുള്ളൂവെന്ന് ആണയിട്ടു പറയുംവരെ ആ മനസ്സവൻ മാറ്റിയിരുന്നില്ല. എന്നിരുന്നാലും ആതിഥേയന്റെ, ബഹുമാനസൂചകമായുള്ള ഒരു അതിഥിയുടെ നീണ്ട വാചകമടി കഴിഞ്ഞ് കുറെ നേരത്തിനു ശേഷം വളരെ വൈകിയാണ് അവനെത്തിയത്. അവിടെ ആരേയും പരിചയമില്ലാത്തതിനാൽ, അവന്റെ സുഹൃത്തുക്കൾ ലഹരിപാനീയങ്ങളടുക്കിവെച്ചിരുന്ന നീണ്ട മേശയ്ക്ക് നേരെ അവൻ നടന്നു. അതിനു പിന്നിൽവെച്ചായിരുന്നു അവർ ഡ്രിങ്ക്സ് പകർന്നുകൊടുത്തിരുന്നത്. അവന്റെ മനോനിലയ്ക്കൊരയവുണ്ടാക്കാനായി തനി പാക്കിസ്ഥാനി ചുവയിലുള്ള ചില പദങ്ങൾ പറഞ്ഞ് അവരെ അവൻ ആശംസിച്ചു. കലിബാങ് തനി സ്റ്റൈലിൽ മറുപടിയും പറഞ്ഞു.

പിന്നെ, കൈയിലൊരു വൈൻഗ്ലാസുമായി മോശമായ അതേ മനോനിലയിൽ, അപരിചിതർക്കിടയിലൂടെ അങ്ങോട്ടുമിങ്ങോട്ടും നടന്ന് ഹാളിന്റെ കതകിനടുത്തേക്ക് മടങ്ങുന്ന ചിലരുടെ ആവേശത്തിൽ ആകൃഷ്ടനായിരിക്കവേ മെലിഞ്ഞ് നീണ്ട് സുന്ദരിയായ ഒരമ്പതുകാരി അവിടെ പ്രത്യക്ഷപ്പെട്ടു. തല അല്പം പിന്നിലേക്ക് ചെരിച്ച് കൈകൊണ്ട് തലമുടി ഇടയ്ക്കിടെ ആകർഷണീയമായി തട്ടിയുയർത്തിയിട്ടുകൊണ്ട് നടന്നു. ശോകഭാവത്തോടെ എല്ലാവരെയും നോക്കി. ആ അതിഥികളിലാരും അവളെ ഒരിക്കലും നേരിട്ട് കണ്ടുമുട്ടിയിരുന്നില്ലെങ്കിലും ചിത്രങ്ങളിലൂടെ അവരെ അറിയാമായിരുന്നു. ല ഫ്രാങ്ക്. അവൾ ആ നീണ്ട മേശയ്ക്കുമുന്നിൽ കുനിഞ്ഞുനിന്ന് അതീവശ്രദ്ധയോടെ

അവൾക്ക് ഇഷ്ടപ്പെട്ട കനാപ്പേ ബിസ്ക്കറ്റ് അവന് കാണിച്ചു കൊടുത്തു.

അവളുടെ ഭക്ഷണത്തളിക വേഗം നിറഞ്ഞു. അപ്പോൾ ദർദലൊ ല്യുക്സാംബുർഗ് പൂന്തോട്ടത്തിൽവെച്ച് പറഞ്ഞ കാര്യം റമോങ് ഓർത്തു. അവൾ അതിതീവ്രമായി പ്രണയിച്ചിരുന്ന ജീവിതപങ്കാളിയെ നഷ്ടമായിട്ട് അധികനാളുകളായില്ല. അയാൾ മരിച്ചപ്പോൾ അവൾ അനുഭവിച്ച വേദന ഏതോ സ്വർഗ്ഗീയമായൊരു മാന്ത്രികശക്തിയാൽ മനഃസുഖമായി മാറ്റപ്പെട്ടിരുന്നു. അതോടെ ജീവിതത്തോടുള്ള അവളുടെ അഭിവാഞ്ഛ നൂറുമടങ്ങ് ഇരട്ടിച്ചു. അവന് അവളെ നോക്കിക്കൊണ്ടിരുന്നു: അവൾക്ക് പ്രിയങ്കരമായ കനാപ്പേ വായിൽവെച്ചു. ശക്തമായി ചവച്ചരയ്ക്കുന്നതിനാൽ അപ്പോൾ അവളുടെ മുഖരൂപം മാറിയിരുന്നു.

ദർദലൊവിന്റെ മകൾക്ക് (രൂപംകൊണ്ട് റമോങ് മകളെന്നൂഹിച്ചതാണ്) ഉയരമുള്ള പ്രശസ്തയായ ആ സ്ത്രീയെക്കണ്ടപ്പോൾ നാവിറങ്ങിപ്പോയി. (അവളും എന്തോ ചവച്ചു തിന്നുകയായിരുന്നു) 'ഡാർലിംഗ്' അവൾ ലഫ്രാങ്കിനെ കെട്ടിപ്പുണരാൻ കൊതിച്ചു. പക്ഷേ, ആ സ്ത്രീ കൈയിൽ പ്ലേറ്റ് പിടിച്ചിരുന്നതിനാൽ അതിനു സാധിച്ചില്ല.

"ഡാർലിംഗ്" ലഫ്രാങ്ക് ഒരു വലിയ റൊട്ടിക്കഷ്ണവും സലമിയും കഴിച്ചുകൊണ്ടിരുന്നപ്പോൾ വീണ്ടും വിളിച്ചു. വലിയ തുണ്ട് മുഴുവനായി ഇറക്കാനാവാതെ അണ്ണാക്കിനും കവിളിനുമിടയ്ക്കുള്ള ഇടത്തിൽ നാവുകൊണ്ട് തള്ളിനീക്കി ആ പെൺകുട്ടിയോട് എന്തോ ചില വാക്കുകൾ പറയാൻ ശ്രമിച്ചു. അവൾക്കൊന്നും മനസ്സിലാക്കാൻ കഴിഞ്ഞില്ല.

അവരെ നല്ലപോലായി കാണാനായി റമോങ് രണ്ടുമൂന്നടി മുന്നോട്ടു നടന്നു. ദർദലൊവിന്റെ മകൾ വായിലുള്ളത് വിഴുങ്ങി മുഴങ്ങുന്ന ശബ്ദത്തിൽ പറഞ്ഞു.

"എനിക്കെല്ലാമറിയാം... എനിക്കെല്ലാമറിയാം. പക്ഷേ

ഞങ്ങളൊരിക്കലും നിങ്ങളെ തനിച്ചാക്കാൻ വിടില്ല! ഒരിക്കലും."

(തന്നോട് സംസാരിക്കുന്നത് ആരാണെന്നവൾക്ക് മനസ്സിലായിട്ടില്ലെന്ന് റമോങിന് മനസ്സിലായി) ഒരു കഷ്ണം റൊട്ടി വായയ്ക്ക് നടുവിൽ നീക്കിക്കൊണ്ടുവന്ന്, അത് ചവച്ചരച്ച് പകുതി വിഴുങ്ങിയശേഷം അവൾ പറഞ്ഞു:

"മനുഷ്യൻ ഏകാന്തതയുടെ ഇരിപ്പിടമാണ്."

"ഓ, ശരിയാണ്!" ദർദലൊ ജൂനിയർ ഉറക്കെപ്പറഞ്ഞു.

"ഏകാന്തതകളാൽ വലയംചെയ്യപ്പെട്ട ഏകാന്തത."

ലഫ്രാങ്ക് കൂട്ടിച്ചേർത്തു. പിന്നെയവൾ ബാക്കി ഭക്ഷണവും കഴിച്ച് പിന്തിരിഞ്ഞ് നടന്നുമറഞ്ഞു.

അവൻ പോലുമറിയാതെ മുഖത്ത് രസകരമായ ഒരു ചെറുപുഞ്ചിരി വിടരുന്നതറിഞ്ഞു.

അലേൻ അലമാരയുടെ മുകളിലൊരു അർമഗ്നാക് കുപ്പി റെഡിയാക്കിവെക്കുന്നു

ഒരിളംപുഞ്ചിരി റമോങിന്റെ മുഖത്ത് പ്രകാശം പരത്തിയ അതേനിമിഷം ഒരു ടെലിഫോൺ മണിയടി, ഒരു ക്ഷമാപണക്കാരന്റെ ഉൽപത്തിയെപ്പറ്റിയുള്ള അലേന്റെ ചിന്തകളെ തടസ്സപ്പെടുത്തി. അത് മദലേനാണെന്നവന് ഉടനെ മനസ്സിലായി. അവർക്കിരുവർക്കും വളരെക്കുറച്ച് പൊതുതാത്പര്യങ്ങൾ മാത്രമുണ്ടായിരുന്നിട്ടും എങ്ങനെയാണവർക്ക് ഇത്രയേറെ നേരം സന്തോഷപൂർവ്വം സംസാരിച്ചിരിക്കാൻ കഴിയുന്നതെന്ന് അലേന് മനസ്സിലാക്കാൻ കഴിഞ്ഞില്ല.

വ്യത്യസ്തസ്ഥാനങ്ങളിൽ നിലയുറപ്പിച്ചിട്ടുള്ള ഒബ്സർവേഷൻ പോസ്റ്റുകളെപ്പറ്റിയുള്ള അവന്റെ പ്രമാണത്തെപ്പറ്റി റമോങ് വിശദീകരിച്ചപ്പോൾ അന്യോന്യം മനസ്സിലാക്കാൻ കഴിയാതെ സംസാരിച്ചുകൊണ്ടിരിക്കുന്നതിനെപ്പറ്റി പറഞ്ഞപ്പോൾ, അലേൻ പൊടുന്നനെ അവന്റെ പെൺസുഹൃത്തിനെ

പ്പറ്റിയോർത്തു. കാരണം, യഥാർത്ഥ കാമുകീകാമുകന്മാർക്കിടയിലുള്ള സംഭാഷണംപോലും അവരുടെ ജനനതീയതികൾ തമ്മിൽ വലിയ അന്തരമുണ്ടെങ്കിൽ, മറ്റൊരാൾക്കായി ചേർത്തുവെക്കുന്ന, മനസ്സിലാക്കാൻ പറ്റാത്ത, കെട്ടുപിണഞ്ഞുകിടക്കുന്ന ആത്മഭാഷണങ്ങൾ മാത്രമായിരിക്കും എന്ന് മനസ്സിലായത് അവൾ വഴിയാണ്.

പണ്ടുകാലത്ത് ജീവിച്ചിരുന്ന പ്രശസ്തരായ പുരുഷന്മാരെ മദലേൻ വികൃതമാക്കിപ്പറഞ്ഞത് അവൾ അവരെപ്പറ്റിപറഞ്ഞു കേൾക്കാത്തതിനാലാണെന്നും അല്ലെങ്കിൽ കരുതിക്കൂട്ടിയാണെന്നും മുന്നേ ജീവിച്ചിരുന്നവരുടെ കാര്യത്തിൽ അവൾക്ക് യാതൊരു താത്പര്യവുമില്ലെന്ന് എല്ലാവരെയും ബോദ്ധ്യപ്പെടുത്താനാണ് അവളത് ചെയ്തതെന്നും അവനൊരിക്കലും മനസ്സിലാവാതിരുന്നതിന്റെ കാരണവുമതാണ്. അലേന് ഇക്കാര്യത്തിൽ യാതൊരു മനഃപ്രയാസവുമില്ലായിരുന്നു. അവളെന്തായിരുന്നോ ആ അവളോടൊപ്പമിരിക്കുന്നത് അവന് രസകരമാണ്. ഉദാഹരണത്തിന് ബോഷിന്റേയും ഗോഗേങ്ങിന്റേയും (മറ്റാരൊക്കെയാണെന്നാർക്കറിയാം?) തന്റെതന്നെ ലോകത്തിന്റെ അതിർവരമ്പുകൾ ഇല്ലാതാക്കിയവരുടെ ചിത്രങ്ങളുടെ പോസ്റ്ററുകൾ തൂക്കിയിട്ട സ്വന്തം സ്റ്റുഡിയോവിൽ ഏകാന്തതയിൽ അവനെ വീണ്ടും കണ്ടപ്പോൾ ഒരുപാട് സംതൃപ്തി കിട്ടിയിരിക്കാം. അവൻ എപ്പോഴുമൊരു അഭിപ്രായമുണ്ട്. അറുപത് വർഷങ്ങൾക്ക് മുമ്പേ ജനിച്ചിരുന്നെങ്കിൽ ഒരു കലാകാരനായിട്ടുണ്ടായിരിക്കുമെന്നതാണത്. ശരിക്കും തുമ്പില്ലാത്തൊരഭിപ്രായം. കലാകാരൻ എന്ന പദത്തിന് ഈ കാലഘട്ടത്തിൽ ശരിക്കുമുള്ള അർത്ഥമെന്തെന്ന് അവന് അറിയാതിരുന്നതിനാലാണത്. ജനൽകർട്ടനുകളൊരുക്കുന്നവനായി മാറിയ ഒരു ചിത്രകാരൻ? ഒരു കവി? ശരിക്കും കവി എന്നൊന്നുണ്ടോ? കഴിഞ്ഞ ചില ആഴ്ചകളായി അവനേറെ സന്തോഷം കൊടുത്തത് ഷാർലിന്റെ ഫാന്റസിയിൽ പങ്കുചേരുന്നതും പാവനാടകത്തിന്റെ ഭാഗമാകുന്നതും

ഒക്കെയാണ്. തികച്ചും നിരർത്ഥകമായതിനാലാണ് അവനീ വിഡ്ഢിത്തങ്ങളിലൊക്കെ ആനന്ദം കണ്ടെത്താൻ കഴിഞ്ഞത്.

ചെയ്യാൻ മോഹിച്ച ജോലി ചെയ്തുകൊണ്ട് അന്നത്തിന് വകയുണ്ടാക്കാൻ കഴിയില്ലെന്ന് നന്നായി ബോദ്ധ്യം വന്നതിനാലാണ് (ചെയ്യാനിഷ്ടപ്പെട്ട ജോലിയെന്തെന്നവന് ശരിക്കുമറിയാമായിരുന്നോ?) പഠനശേഷം മൗലികതയോ ആശയങ്ങളോ അഭിരുചികളോ ഒന്നും ഉപയോഗിക്കുന്ന തരത്തിലില്ലാത്ത, ബുദ്ധിമാത്രം ഉപയോഗിച്ച് ചെയ്യുന്ന ഒരു ജോലി അവൻ തിരഞ്ഞെടുത്തത്. അതായത് എല്ലാവരിൽ നിന്നും വ്യത്യസ്തമായി കണക്കുകൂട്ടാനുള്ള പ്രത്യേക കഴിവ് ഉപയോഗിച്ച് ചെയ്യുന്നൊരു ജോലി. അലേന് നല്ല ശമ്പളമായിരുന്നതിനാൽ ഇടയ്ക്കിടെ അർമഗ്നാക് കുപ്പികൾ വാങ്ങാൻ കഴിഞ്ഞു. കുറച്ച് ദിവസങ്ങൾക്ക് മുൻപ് അവൻ അത്തരമൊരു കുപ്പി വാങ്ങിയപ്പോഴാണ് അതിന്റെ ലേബലിൽ കണ്ട, അതിറക്കിയ വർഷം സ്വന്തം ജനനത്തീയതിയാണെന്ന് ശ്രദ്ധിച്ചത്. അതിനാൽ അവനൊരു തീരുമാനമെടുത്തു. അവന്റെ മഹത്ത്വം സുഹൃത്തുക്കൾക്കൊപ്പം ആഘോഷിക്കാനായി കവിതയെപ്പറ്റിയുള്ള വിനീതമായ അഭിവന്ദ്യത കാരണം ഒരു വരിപോലുമെഴുതില്ലെന്ന് പ്രതിജ്ഞയെടുത്ത 'മഹാകവി' യുടെ മഹത്ത്വം ആഘോഷിക്കാനായി, ആ കുപ്പി അവന്റെ പിറന്നാളിന് മാത്രമേ തുറക്കുകയുള്ളൂ എന്നതായിരുന്നു ആ തീരുമാനം.

മദലേനുമായി ഏറെനേരം സംസാരിച്ചിരുന്ന് സംതൃപ്തനും സന്തോഷവാനുമായി കുപ്പിയെടുത്ത് ഒരു കസേരയിൽ കയറിനിന്ന് വളരെ ഉയരമുള്ള ഒരു അലമാരയുടെ മുകളിൽ അതെടുത്തുവെച്ചു. പിന്നെ ഇറങ്ങി തറയിലിരുന്ന്, ചുമരിൽ ചാരിയിരുന്ന്, കുപ്പി തറച്ചുനോക്കിയിരുന്നപ്പോൾ ആ കുപ്പി പതുക്കെപ്പതുക്കെ ഒരഴകുള്ള രാജകുമാരിയായി മാറ്റപ്പെടുന്നതവനറിഞ്ഞു.

ഒരു നല്ല 'മൂഡി'നായുള്ള ക്വക്ക്‌ലിക്കിന്റെ ആഹ്വാനം

അലേൻ അലമാരയ്ക്ക് മുകളിലുള്ള കുപ്പിയും നോക്കിയിരിക്കുമ്പോൾ, റമോങ് അവനിഷ്ടമല്ലാത്തൊരു സ്ഥലത്ത് പോകേണ്ടി വന്നതിന് അവനെത്തന്നെ പഴിപറയുകയായിരുന്നു; എല്ലാവരും ചേർന്ന് അവനെ വിഷമത്തിലാക്കി. ദർദലൊവുമായൊരു കൂടിക്കാഴ്ച ഒഴിവാക്കാൻ ശ്രമിച്ചതായിരുന്നു. അപ്പോഴാണ് അയാളെ വളരെ അടുത്തായി കണ്ടത്. ലഫ്രാങ്കിന് നേരെ തിരിഞ്ഞുനിന്ന് തന്റെ വാചാലത കൊണ്ടയാളവളെ തടവിലാക്കാൻ ശ്രമിക്കുകയായിരുന്നു. അവരിൽനിന്ന് അകന്ന് നില്ക്കാനായി റമോങ് ആ നീണ്ട മേശയ്ക്കരികിൽ രക്ഷ നേടി. അവിടെ കലിബാങ് മൂന്ന് വൈൻ ഗ്ലാസ്സുകളിൽ അതിഥികൾക്കായി ബോർദോ വൈൻ ഒഴിക്കുകയായിരുന്നു. തന്റെ ശരീരചലനങ്ങളിലൂടെയും ആ വൈൻ വളരെ അപൂർവ്വമായ ഇനമാണെന്ന് അവരെ മനസ്സിലാക്കിപ്പിക്കുകയായിരുന്നു അവൻ. നല്ല മര്യാദകൾ അറിയുന്നവരായതിനാൽ, അവർ ഗ്ലാസ്സുകളുയർത്തിപ്പിടിച്ച്, കുറെനേരം അത് കൈക്കുള്ളിൽവെച്ച് കൈയുടെ ചൂട് പകർന്ന് ഒരു കവിൾ വൈൻ വായ്ക്കുള്ളിൽ വെച്ചുകൊണ്ട് വൈനിന്റെ വീര്യം നുണഞ്ഞ് അന്യോന്യം നോക്കിക്കൊണ്ട്, അദ്ഭുതകരമായ ഒരാരാധനയോടെ ലഹരി പകരുന്ന ആനന്ദം ഉറക്കെയുള്ള കോലാഹലങ്ങളോടെ പ്രകടിപ്പിച്ചു. ഇതൊക്കെ വെറും ഒരു മിനിട്ട് മാത്രം നീണ്ടുനിന്നു. ഈ രുചിയുടെ ആഘോഷം അവരുടെ പരുഷമായ സംഭാഷണങ്ങളാൽ തടസ്സപ്പെടുംവരെ അവരെ നിരീക്ഷിച്ചുകൊണ്ടിരുന്ന റമോങിന്, ശവക്കുഴിയെടുക്കുന്ന ഈ മൂന്നുപേർ ചേർന്ന് വൈനിന്റെ കിടിലൻ രുചി അടക്കം ചെയ്യുകയാണെന്ന തോന്നലുണ്ടാക്കി. അവരുടെ കളിതമാശയുടെ മണ്ണും പൊടിയും ശവപ്പെട്ടിക്ക് മുകളിലേക്കിട്ടു. അപ്പോഴവന്റെ മുഖത്ത് വീണ്ടുമൊരുല്ലാസപ്പുഞ്ചിരി തെളിഞ്ഞു. അതേനിമിഷം, വളരെ ദുർബ്ബലമായ ഒരു ശബ്ദം, ഒരു

പതിഞ്ഞ സീൽക്കാരംപോലെ, അവന്റെ പിൻപുറത്തു നിന്നും കേട്ടു:

"റമോങ്! നീയിവിടെയെന്താ ചെയ്യുന്നത്?"

അവൻ പിൻതിരിഞ്ഞുനോക്കി:

"ക്വക്ക്ലിക്ക്? നീയോ, നീയിവിടെയെന്തെടുക്കുവാ?"

"പുതിയൊരു ഗേൾഫ്രണ്ടിനെ തിരയുന്നു. അല്ലാതെന്താ?"

അവൻ പറഞ്ഞു. പ്രത്യേകതയൊന്നുമില്ലാത്ത അവന്റെ കൊച്ചുമുഖം പ്രകാശിച്ചു.

"എന്റെ പ്രിയചങ്ങാതി, നീയിപ്പോഴും അതുപോലെ തന്നെ."

"നിനക്കറിയോ? ഈ വിരസതയുണ്ടല്ലോ, ഈ ലോകത്തിൽ അത്രയേറെ മോശമായത് മറ്റൊന്നില്ല. അതിനാലാണ് ഞാൻ പെൺസുഹൃത്തുക്കളെ മാറ്റിക്കൊണ്ടിരിക്കുന്നത്. അതില്ലാതെ ഒരു രസവുമില്ലെടാ."

"ഓ, ഗുഡ്മൂഡ്!" റമോങ് ആശ്ചര്യപ്പെട്ടു പറഞ്ഞു.

ആ രണ്ടു പദങ്ങളാൽ ജ്ഞാനദീപ്തമായതുപോലെ.

"അതേ, നീയത് ശരിക്ക് പറഞ്ഞു. അതാണ് കാര്യം, മറ്റൊന്നുമില്ല. ഓ, നിന്നെക്കണ്ടതിലെന്ത് സന്തോഷമാ? കുറച്ചുനാൾ മുന്നേയാണ് നിന്നെപ്പറ്റി മറ്റു സുഹൃത്തുക്കളോട് ഞാൻ സംസാരിച്ചത്! ഹാ, ക്വക്ക്ലിക്ക്, എന്റെ ക്വക്ക്ലിക്ക്, എനിക്ക് നിന്നോടൊരുപാടു കാര്യങ്ങൾ പറയാനുണ്ട്...??"

അതേസമയം അവന് തൊട്ടടുത്തായി അവനറിയാവുന്ന ചെറുപ്പക്കാരിയായ ഒരു സുന്ദരിയെ കണ്ടു. തേടിയവള്ളി കാലിൽ ചുറ്റിയതുപോലുള്ള ഈ അപ്രതീക്ഷിതമായ രണ്ടു കണ്ടുമുട്ടലുകൾ ഊർജ്ജം പകർന്നു. അവന്റെയുള്ളിൽ 'ഗുഡ് മൂഡ്' എന്ന വാക്കിന്റെ എതിരൊലി ഒരുൾവിളിയെന്നപോലെ മാറ്റൊലിക്കൊണ്ടു. "എന്നോടു ക്ഷമിക്കൂ... നമുക്ക് പിന്നെ സംസാരിക്കാം... ഇപ്പോൾ... നിനക്കറിയാലോ..."

ക്വക്ക്‌ലിക്ക് പുഞ്ചിരിച്ചു.

"അതേ എനിക്ക് നന്നായറിയാം. നിന്റെ കാര്യങ്ങൾ നടക്കട്ടെ!"

"ജൂലി, നിന്നെ വീണ്ടും കണ്ടതിൽ എനിക്കതിയായ സന്തോഷമുണ്ട്."

റമോങ് ആ യുവസുന്ദരിയോട് പറഞ്ഞു. "നിന്നെയിങ്ങനെയൊന്നു കണ്ടിട്ടെത്ര കാലമായി?"

അവന്റെ കണ്ണുകളിൽ ഇമവെട്ടാതെ നോക്കിക്കൊണ്ടവൾ പറഞ്ഞു.

"അത് നിന്റെ തെറ്റാണ്."

ആ നിമിഷംവരെ, എന്ത് നിരർത്ഥകമായ കാരണമാണ് ഈ കുടിലമായ പാർട്ടിയിൽ പങ്കെടുക്കാനെന്നെ ഇടയാക്കിയതെന്ന് അറിഞ്ഞിരുന്നില്ല. അവസാനം ഇപ്പോൾ മനസ്സിലായി.

ഒറ്റയടിക്ക് നശിച്ച പാർട്ടിയെന്ന തോന്നൽ തീർത്തും അത് ഇല്ലാതാക്കി.

ജൂലി ചിരിച്ചുകൊണ്ട് പറഞ്ഞു.

"നീയത് നശിച്ചതല്ലാതാക്കി."

ചിരിച്ചുകൊണ്ട് തന്നെ റമോങ് പറഞ്ഞു.

"പക്ഷേ, നീയെന്താണിവിടെ?"

പ്രായമുള്ള ഒരു സർവ്വകലാശാല സെലിബ്രിറ്റിക്കുചുറ്റും തടിച്ചുകൂടിയ ഒരു ഗ്രൂപ്പിനെ നോക്കിക്കൊണ്ടവൾ തല കുലുക്കി.

"അയാൾക്കെപ്പോഴും എന്തെങ്കിലും പറയാനുണ്ടാകും."

പിന്നെ ആത്മവിശ്വാസം സ്ഫുരിക്കുന്ന പുഞ്ചിരിയോടെ തുടർന്നു.

"ഇന്ന് രാത്രി നിന്നെ വീണ്ടും കാണാൻ ഞാൻ അക്ഷമയോടെ കാത്തിരിക്കും..."

വളരെ നല്ലൊരു മൂഡിൽ റമോങ് മേശയ്ക്കു പിന്നിൽ മുകളിലെവിടെയോ അലക്ഷ്യമായി കണ്ണുകൾ നട്ട് സ്വയം മറന്നിരിക്കുന്ന ഷാർലിനെ കണ്ടു. ആ വിചിത്രമായ നില്പ് റമോങിനുള്ളിൽ ചോദ്യങ്ങളുയർത്തി. അപ്പോഴവൻ ആത്മഗതമായി പറഞ്ഞു.

"മുകളിലെന്ത് സംഭവിക്കുന്നുവെന്നതെപ്പറ്റി യാതൊരു ചിന്തയുമില്ലാതിരിക്കുന്നത് പരമാനന്ദം. ഇവിടെ താഴെയിങ്ങനെ സ്വയം മറന്നിരിക്കുന്നതും ഒരാനന്ദം!"

നടന്നകലുന്ന ജൂലിയെ അവൻ നോക്കിക്കൊണ്ടിരുന്നു. അവളുടെ പിന്നഴകിന്റെ ചലനങ്ങൾ അവനെ മാടിവിളിക്കുകയും അഭിവാദ്യം ചെയ്യുകയും ചെയ്തു.

ഭാഗം അഞ്ച്

മച്ചിന് കീഴെ പറക്കുന്ന ചെറുതൂവൽ

മച്ചിന് കീഴെ പറക്കുന്ന ചെറുതൂവൽ

"**...ഷാ**ർല് ... മുകളിലെങ്ങോ അലക്ഷ്യമായി കണ്ണുകൾ നട്ട് സ്വയംമറന്നിരിക്കുന്ന..." കഴിഞ്ഞ അദ്ധ്യായത്തിലെ അവസാന ഖണ്ഡികയിൽ ഞാനെഴുതിയ വാക്കുകളിതായിരുന്നു. പക്ഷേ, ഈ ഷാർല് - അവിടെ മുകളിലെന്താണ് നോക്കിക്കൊണ്ടിരിക്കുന്നത്?

ഒരു നേരിയ സാധനം തട്ടിനടിയിൽ തത്തിപ്പറക്കുന്നതുപോലെ കണ്ടു. വളരെ ചെറിയ ഒരു വെള്ളത്തൂവൽ, വളരെ പതുക്കെയായി മേലും കീഴുമായി പറന്നുകൊണ്ടിരിക്കുകയാണ്. കുപ്പികളും ഗ്ലാസ്സുകളും അടുക്കിവെച്ച നീണ്ട മേശയ്ക്ക് പിറകിലായി, തല പിന്നോട്ട് ചായ്ച്ച് ഷാർല് അങ്ങനെ നിശ്ചലനായി നോക്കിനില്ക്കുകയായിരുന്നു. അപ്പോൾ ആ നില്പിൽ അതിശയംപൂണ്ട അതിഥികൾ അവന്റെ നോട്ടം പിൻതുടർന്നു.

അലഞ്ഞുതിരിഞ്ഞു നടക്കുന്ന ആ ചെറുതൂവൽ നോക്കിക്കൊണ്ടിരുന്നപ്പോൾ ഷാർലിന് വല്ലാത്ത ആകാംക്ഷ അനുഭവപ്പെട്ടു. കഴിഞ്ഞ ചില ആഴ്ചകളിലായി ഓർത്തുകൊണ്ടിരുന്ന ആ മാലാഖ ഇവിടെയെങ്ങോ തൊട്ടടുത്തായി ഉണ്ടെന്ന് അവനോട് പറയുന്നപോലൊരു തോന്നൽ. ഒരുപക്ഷേ, സ്വർഗ്ഗത്തിൽനിന്നും ഭൂമിയിലേക്ക് എറിയപ്പെടുന്നതിന് മുന്നേ, പേടിച്ച് സ്വന്തം ചിറകിൽനിന്ന മാലാഖ ഈ ചെറുതൂവൽ ഇളക്കിവിട്ടതായിരിക്കാമോ? ശരിക്ക്

കാണാൻപോലും പറ്റാത്തത്ര ചെറുതായ ഈ നേരിയ തൂവൽ. അവന്റെ ഉത്കണ്ഠയുടെ ഒരു നിഴൽപോലെ, നക്ഷത്രങ്ങളോടൊപ്പം പങ്കുവെച്ച ആനന്ദം പകർന്ന ജീവിതത്തിന്റെ ഒരു സ്മരണപോലെയുള്ള അതിന്റെ വരവും. അടുത്തുകൊണ്ടിരിക്കുന്ന അന്ത്യം അറിയിക്കുന്ന ഒരു ക്ഷണപത്രികപോലെ.

പക്ഷേ, അന്ത്യം നേരിടാൻ അവൻ തയ്യാറായിരുന്നില്ല. അതിനിയുമേറെ വൈകിപ്പിക്കാനായിരുന്നു ആഗ്രഹിച്ചിരുന്നത്. രോഗാതുരയായ അമ്മയുടെ മുഖം മനസ്സിൽ തെളിഞ്ഞു. അപ്പോൾ ഹൃദയം പിടച്ചു.

ആ തൂവൽ അപ്പോഴുമവിടെത്തന്നെയുണ്ടായിരുന്നു. മേലേയും കീഴെയുമായി അതങ്ങനെ പറന്നുനടക്കുന്നുണ്ടായിരുന്നു. അപ്പോൾ ഹാളിലായി അവനെതിരെയുള്ള ലഫ്രാങ്കും മച്ചിലേക്ക് നോക്കിക്കൊണ്ടിരുന്നു. അവൾ ആ തൂവലിന് ഇറങ്ങാൻ ഒരിടം കൊടുക്കാനായി കൈയുയർത്തി ചൂണ്ടുവിരൽ നീട്ടിപ്പിടിച്ചുകൊടുത്തു. പക്ഷേ, ആ തൂവൽ ലഫ്രാങ്കിന്റെ വിരൽ ഒഴിവാക്കിക്കൊണ്ട് അതിന്റെ അലഞ്ഞുതിരിയൽ തുടർന്നുകൊണ്ടിരുന്നു.

ഒരു പകൽക്കിനാവിന്റെ അന്ത്യം

ലഫ്രാങ്കിന്റെ നീട്ടിപ്പിടിച്ച ഇടതുകൈയ്ക്കു മുകളിലായി തൂവൽ ചുറ്റിത്തിരിഞ്ഞുകൊണ്ടിരുന്നു. അപ്പോൾ ഞാൻ ഭാവനയിലിങ്ങനെ കണ്ടു. ഇരുപതോളമാളുകൾ മേശയ്ക്ക് ചുറ്റുമായി കൂടിനിന്നിരിക്കുന്നു. ഒരു തൂവലും അവിടെ പറന്നു നടക്കുന്നില്ലെങ്കിലും അവരുടെ നോട്ടം മുകളിലായി കേന്ദ്രീകരിച്ചിരിക്കുന്നു. അവർ അനിശ്ചിതത്വമുള്ളവരും വികാരവിവശരുമായിരുന്നു. കാരണം, അവർ ഭയപ്പെടുന്ന വസ്തു അവരുടെ മുന്നിലോ (വധിക്കാൻ പറ്റുന്ന ഒരു ശത്രു വിനെപ്പോലെ) അവരുടെ കീഴെയോ (സി.ബി.ഐ. ചുരുള ഴിക്കുന്ന ഒരു കേസ് പോലെ) ചിലപ്പോൾ അവർക്ക് മുകളിലെവിടെയോ, അദൃശ്യമായൊരു ഭീഷണിപോലെ,

ദേഹമില്ലാത്ത, വിശദീകരണമില്ലാത്ത, പിടികിട്ടാത്ത, ശിക്ഷിക്കപ്പെടാനാവാത്ത, തീർത്തും ദുരൂഹമായ ഒന്നായി. ചിലർ എങ്ങോട്ട് പോകണമെന്നറിയാതെ ഇരിപ്പിടങ്ങളിൽ നിന്നെഴുന്നേറ്റു.

ആ വലിയ മേശയുടെ അറ്റത്തിരുന്ന് സ്റ്റാലിൻ നിർവ്വികാരനായി മുറുമുറുക്കുന്നത് ഞാൻ കാണുന്നുണ്ടായിരുന്നു. "അടങ്ങിയിരിക്ക് നായിന്റെ മക്കളെ! നിങ്ങളെന്തിനെയാണ് ഭയപ്പെടുന്നത്?"

പിന്നെ, ഏറെ ശക്തമായ സ്വരത്തിലവൻ പറഞ്ഞു.

"എല്ലാവരുമൊന്നിരിക്കൂ, മീറ്റിങ്ങിനിയും കഴിഞ്ഞിട്ടില്ല!"

ജനാലയ്ക്കരികിലിരുന്ന് മൊൽത്തോവ് കുശുകുശുത്തു.

"ജോസഫ്, എന്തോ ഒന്ന് പുകയുന്നുണ്ട്. നിങ്ങളുടെ പ്രതിമകളൊക്കെയവർ തകർക്കുമെന്നൊരു കിംവദന്തി പരക്കുന്നുണ്ട്."

സ്റ്റാലിന്റെ പരിഹാസം സ്ഫുരിക്കുന്ന നോട്ടത്തിന് കീഴെ, അവന്റെ കനംതൂങ്ങിയ നിശ്ശബ്ദതയ്ക്കുകീഴെ, അനുസരണയോടെ തലതാഴ്ത്തിക്കൊണ്ടവന്റെ സീറ്റിലേക്കവൻ മടങ്ങി.

എല്ലാവരും അവരവരുടെയിടങ്ങളിലേക്ക് മടങ്ങിയപ്പോൾ സ്റ്റാലിൻ പറഞ്ഞു:

"ഇതിന്റെ പേരാണ് പകൽകിനാവിന്റെ അന്ത്യം. എല്ലാ സ്വപ്നങ്ങളും ഒരുനാൾ അവസാനിക്കും. ഒഴിച്ചുകൂടാനാവാത്തതെന്നപോലെതന്നെ അതെപ്പോഴും അപ്രതീക്ഷിതവുമാണ്. നിങ്ങൾക്കതറിയില്ലേ വിഡ്ഢികളേ?"

എല്ലാവരും മൗനം പാലിച്ചു. കലിനീനൊഴികെ. അടക്കിനിർത്താനാവാതെ അവനുറക്കെ പ്രഖ്യാപിച്ചു.

"എന്തൊക്കെ സംഭവിച്ചാലും ശരി, കലിനേങ്ഗ്രാദ് എന്നും കലിനേങ്ഗ്രാദ് തന്നെയായിരിക്കും."

“ന്യായമായ കാരണങ്ങളാൽ, കാന്റിന്റെ പേര് എന്നെന്നും നിന്റേതുമായി ചേർന്നിരിക്കുമെന്നറിയുന്നതിൽ എനിക്ക് വളരെ സന്തോഷമുണ്ട്.”

കൂടുതൽ കൂടുതൽ രസിച്ചുകൊണ്ട് സ്റ്റാലിൻ മറുപടി പറഞ്ഞു. കാന്റ് അതിന് തികച്ചും അർഹനാണെന്ന് നിനക്കറിയുന്നതിനാൽ. അവന്റെ സന്തോഷം കൊട്ടിഘോഷിക്കുന്ന ചിരി ഒരുപാട് നേരം ആ വലിയ മുറിയിൽ കറങ്ങി നടന്നു.

തമാശയുടെ അന്ത്യത്തിലുള്ള റമോണ്ടിന്റെ വിലാപം

അകലെനിന്നുള്ള സ്റ്റാലിന്റെ ചിരിയുടെ മാറ്റൊലിയുടെ നേരിയ പ്രകമ്പനം ഹാളിൽ കേട്ടു. മേശയ്ക്ക് പിറകിൽനിന്ന് ചാൾസ് അപ്പോഴും ലഫ്രാങ്ക് ഉയർത്തിപ്പിടിച്ച ചൂണ്ടുവിരലിന്റെ മുകളിലുള്ള ആ തൂവൽ നോക്കിക്കൊണ്ടിരുന്നു. മുകളിലേക്ക് തിരിച്ചുവെച്ചിരിക്കുന്ന എല്ലാ ശിരസ്സുകൾക്കും നടുവിലായി ആരുടേയും കണ്ണിൽപ്പെടാതെ അതിരഹസ്യമായി ജൂലിയെയും കൊണ്ട് തടിതപ്പാനുള്ള സമയമായെന്ന് മനസ്സിലാക്കിയ റമോണ്ടിന് കൂടുതൽ സന്തോഷമായി. അവൻ ഇടത്തും വലത്തും അന്വേഷിച്ചു. എന്നാൽ അവളെ അവിടെയൊന്നും കണ്ടില്ല. അവന്റെ കാതിലപ്പോഴും അവളുടെ ശബ്ദം മുഴങ്ങുന്നുണ്ടായിരുന്നു. അവൾ പോകുമ്പോൾ അവസാനമായി പറഞ്ഞിട്ടുപോയ വാക്കുകൾ ഒരു ക്ഷണം പോലെ കാതിൽ മുഴങ്ങി. അവന് അഭിവാദ്യങ്ങളർപ്പിച്ചുകൊണ്ട് നടന്നുമറയുന്ന അവളുടെ ഗാംഭീര്യമുള്ള രൂപം കണ്ണിൽനിന്നും മറഞ്ഞുപോയില്ല. അവൾ മുഖം മിനുക്കാൻ ചിലപ്പോൾ റസ്റ്റ്റൂമിൽ പോയതായിരിക്കുമോ? അവൻ പുറത്തിറങ്ങി കതകിന് പുറത്തായി കാത്തുനിന്നു. ഒരുപാട് സ്ത്രീകൾ പുറത്തേക്ക് പോയി. അവരൊക്കെ അവനെ സംശയദൃഷ്ടിയോടെ നോക്കി. പക്ഷേ, അവളെ മാത്രം കണ്ടില്ല. അവൾ പൊയ്ക്കഴിഞ്ഞെന്നുറപ്പായി. അവൾ

അവനെ നിരാകരിച്ചു. ആ വിരസമായ ആൾക്കൂട്ടത്തിൽ നിന്നെത്രയും പെട്ടെന്ന് രക്ഷപ്പെടണമെന്നത് മാത്രമാണ് അവൻ കൊതിച്ചത്. അവരെയവിടെ വിട്ടേച്ച് ഉടനെ പുറത്തു കടക്കുക. അവൻ കതക് ലക്ഷ്യമാക്കി നടന്നു. കതകിനടുത്തെത്താറായപ്പോൾ ഒരു ട്രേയുമെടുത്ത് വരുന്ന കലിബാങ് മുന്നിൽപ്പെട്ടു.

"എന്റീശോയേ! റമോങ്! ഇതെന്താ നീയിങ്ങനെ സങ്കടപ്പെട്ടിരിക്കുന്നത്? ഇതാ വേഗമൊരു വിസ്കിയടിച്ചാട്ടേ."

ഒരു ചങ്ങാതിയുടെ ക്ഷണം എങ്ങനെ നിരസിക്കാനാണ്? അത് കൂടാതെ പൊടുന്നനെയുള്ള ആ കൂടിക്കാഴ്ചയ്ക്ക് ചെറുത്ത് നിർത്താനാവാത്ത ഒരു നേട്ടമുണ്ടായിരുന്നു. കാരണം, അവർക്ക് ചുറ്റുമുള്ള മറ്റെല്ലാ അരക്കിറുക്കന്മാരുടെയും മനസ്സ് പൂർണ്ണമായും ഹിപ്നോട്ടൈസ് ചെയ്തപോലെ മച്ചിലെ ഒരേ ബിന്ദുവിലേക്ക് തുറിച്ചു നോക്കിക്കൊണ്ടിരിക്കുകയായിരുന്നു. അവസാനം കലിബാങിനെ തനിച്ചായിക്കിട്ടി. അല്പം താഴെയുള്ള തുറന്ന സ്ഥലത്ത്, എല്ലാ സ്വകാര്യതയോടുംകൂടി, സ്വാതന്ത്ര്യത്തിന്റെ കൊച്ചുദ്വീപിലെത്തിപ്പെട്ടതുപോലെ, അവരവിടെനിന്നു. അപ്പോൾ കലിബാങ് ഏതോ ഒരു സന്തോഷവാർത്ത പറയാനായി പാക്കിസ്ഥാനിയിൽ ഒരു വാചകമുരുവിട്ടു.

റമോങ് മറുപടി പറഞ്ഞു. (ഫ്രഞ്ചിൽ) : "എന്റെ പ്രിയ ചങ്ങാതീ, നിന്നെ ഞാൻ അഭിനന്ദിക്കുന്നു നിന്റെ ഭാഷാപരമായ ഉഗ്രൻ പ്രകടനത്തിന്. പക്ഷേ, സന്തോഷിക്കുന്നതിനുപകരം നീയെന്നെ എന്റെ വേദനയുടെ ആഴങ്ങളിലേക്ക് തള്ളിവിടുകയാണ് ചെയ്തത്."

അവൻ തളികയിൽ നിന്നുമൊരു വിസ്കിഗ്ലാസ്സെടുത്ത് കുടിച്ച് കാലിയാക്കി, രണ്ടാമതൊന്നെടുത്ത് കൈയിൽ പിടിച്ചുകൊണ്ട് പറഞ്ഞു: "പരിഷ്കൃതമായ ഇത്തരം കോക്ക്ടെയ്ൽ പാർട്ടികളിൽ നിങ്ങൾക്ക് രസിക്കാനുള്ള കളിതമാശകൾക്കായി ചാൾസും നീയും ചേർന്ന് ഈ

പാക്കിസ്ഥാനി ഭാഷാ ലഘുനാടകം കണ്ടെത്തി. ഇവിടെ നിങ്ങൾ കാശിനു വകയില്ലാത്ത വേലക്കാരും പൊങ്ങച്ചക്കാരുമാണ്. ഈ പിത്തലാട്ടത്തിൽ നിന്നുകിട്ടുന്ന ആനന്ദം നിങ്ങളെ സംരക്ഷിച്ചേക്കാം. യഥാർത്ഥത്തിൽ ഇത് ഞങ്ങൾക്കെല്ലാറ്റിനുമുള്ള തന്ത്രമാണ്. ഈ ലോകം മാറ്റിമറിക്കാൻ പുനർനിർമ്മിതി ചെയ്യുന്നതോ, ദൗർഭാഗ്യകരമായ അതിന്റെ മുന്നോട്ടുള്ള പ്രയാണം നിർത്തുന്നതോ അസാദ്ധ്യമാണെന്ന് കുറെക്കാലമായി ഞങ്ങൾ മനസ്സിലാക്കിയിരുന്നു. ഒരേയൊരു പ്രതിരോധം മാത്രമേ സാദ്ധ്യമുള്ളൂ. ഒന്നും ഗൗരവമായെടുക്കാതിരിക്കുക. നമ്മുടെ തമാശകളുടെ വീര്യം നഷ്ടപ്പെട്ടു കഴിഞ്ഞിരിക്കുന്നു. നിന്നെത്തന്നെ ഉഷാറാക്കാൻ പാക്കിസ്ഥാനിയിൽ സംസാരിക്കാൻ നീ നിർബന്ധിതനാവുന്നു. എല്ലാം വെറുതെ. നീയതിൽനിന്ന് അനുഭവിക്കുന്നത് ക്ഷീണവും വിരസതയും മാത്രം,"

അവനൊരു നിമിഷം സംസാരം നിർത്തിയപ്പോൾ കണ്ടത് ചുണ്ടിന് കുറുകെ ചൂണ്ടുവിരൽവെച്ച് മിണ്ടരുതെന്നാംഗ്യം കാണിക്കുന്ന കലിബാങിനെയാണ്.

"എന്താ?"

അവരിൽനിന്ന് കുറച്ചകലെയായി, ഉയരംകുറഞ്ഞ കഷണ്ടിയുള്ള, മച്ചിൽ തറച്ചുനോക്കാതെ അവരെ ശ്രദ്ധിക്കുന്ന ഒരേയൊരാളുടെ നേർക്ക് അവൻ തല വെട്ടിച്ചുനോക്കി.

"അതിനെന്താ?" റമോങ് ചോദിച്ചു.

"ഫ്രഞ്ചിൽ സംസാരിക്കേണ്ട! അയാൾ ഞങ്ങളെ ശ്രദ്ധിക്കുന്നുണ്ട്."

കലിബാങ് കാതിൽ പറഞ്ഞു.

"നിന്നെയെന്താണ് വിഷമിപ്പിക്കുന്നത്?"

"ദയവായി ഫ്രഞ്ചിൽ സംസാരിക്കല്ലേ. ഒരു മണിക്കൂറായി അയാളെന്നെ നോക്കിക്കൊണ്ടിരിക്കുന്നതുപോലെ എനിക്ക് തോന്നിയിരുന്നു."

തന്റെ സുഹൃത്തിന്റെ യഥാർത്ഥ വേവലാതി കണ്ട് റമോങ് പാക്കിസ്ഥാനിയിൽ ചില അർത്ഥമില്ലാത്ത വാക്കുകൾ വാരിയെറിഞ്ഞു.

കലിബാങ് പ്രതികരിച്ചില്ല. പിന്നെ ഒരല്പം ശാന്തനായി പറഞ്ഞു. "ഇപ്പോഴയാൾ മറ്റെങ്ങോ നോക്കുകയാണ്... അയാളതാ പുറത്തേക്ക് പോകുന്നു."

അസ്വസ്ഥനായി റമോങ് വിസ്കി കുടിച്ച് കാലി ഗ്ലാസ് ട്രെയിൽവെച്ച് യാന്ത്രികമായി മറ്റൊന്നെടുത്തു. (ഇതിപ്പോൾ മൂന്നാമത്തേത്) പിന്നെ വളരെ ഗൗരവസ്വരത്തിൽ അവൻ പറഞ്ഞു:

"ഞാൻ ആണയിട്ട് പറയട്ടെ, ഞാനൊരിക്കലും അങ്ങനെയൊരു സാദ്ധ്യതയെപ്പറ്റി ആലോചിച്ചിട്ടേ ഇല്ല. നീ പറഞ്ഞത് ശരിയാണ്. ശരിയാണ്. ഏതെങ്കിലുമൊരു യഥാർത്ഥ ജോലിക്കാരൻ നീ ഫ്രഞ്ചുകാരനാണെന്ന് കണ്ടുപിടിച്ചെങ്കിൽ അവർ നിന്നെ തീർച്ചയായും സംശയിക്കും. നിന്റെ അനന്യത ഒളിച്ചുവെക്കേണ്ടുന്ന എന്തോ ഒരാവശ്യം നിനക്കുണ്ടെന്നവർ കരുതും. പൊലീസിനെ വിളിക്കും. നിന്നെ ചോദ്യം ചെയ്യും. നിന്റെ ഈ പാക്കിസ്ഥാനി വേഷം ഒരു തമാശയാണെന്ന് നീയവരോട് പറയും. അവർ നിന്നെ നോക്കിച്ചിരിക്കും. എന്തൊരു മണ്ടത്തരം. അങ്ങനെ നീ തന്നെ നിനക്കായി കുഴിതോണ്ടും. അവർ നിന്റെ കൈയിൽ വിലങ്ങ് വെക്കും."

കലിബാങിന്റെ മുഖത്ത് വീണ്ടും ഉത്കണ്ഠ തെളിയുന്നത് കണ്ടു.

"ഓ വേണ്ട, വേണ്ട! ഞാനിപ്പോൾ പറഞ്ഞത് നീയങ്ങ് മറന്നുകളയൂ. ഞാനെന്തൊക്കെയോ വിഡ്ഢിത്തങ്ങൾ വിളമ്പുകയാണ്. വെറുതെ കാര്യങ്ങൾ പെരുപ്പിച്ച് പറയുന്നതാണ്."

പിന്നെ ശബ്ദം താഴ്ത്തിക്കൊണ്ട് കൂട്ടിച്ചേർത്തു:

"എന്തൊക്കെയായാലും നീ പറഞ്ഞ കാര്യം മനസ്സിലായി. തമാശ കളിച്ചത് ആപത്തായിപ്പോയി. എന്റീശോയേ, നീയെങ്കിലുമിത് മനസ്സിലാക്കണം. സ്റ്റാലിൻ അദ്ദേഹത്തിന്റെ സുഹൃത്തുക്കളോട് പറഞ്ഞിരുന്ന ആ പാലാരിപക്ഷികളുടെ കഥ നീ ഓർക്കണം. കുളിമുറിയിൽനിന്ന് നിലവിളിക്കുന്ന ക്രൂഷ്ച്ചേവിനെ നീ ഓർക്കണം. സത്യത്തിന്റെ കാവൽ ഭടനായ ക്രൂഷ്ച്ചേവിന്റെ ധിക്കാരത്തിന്റെ ഇടറിയ നിലവിളി. ഈ രംഗം ഒരു പ്രവചനം തന്നെ. ഇത് ശരിക്കുമൊരു പുതു യുഗത്തിന്റെ തുടക്കമാണ്. തമാശയുടെ അരുണോദയം. തമാശക്കാലത്തിന്റെ പിന്തുടർച്ച."

റമോണിന്റെ ശിരസ്സിനു മുകളിലൂടെ വീണ്ടുമൊരു തവണ സങ്കടത്തിന്റെ ഒരു ചെറുമേഘക്കീറ് കടന്നുപോയി. ഒരു നിമിഷം അവന്റെ ഭാവനയിൽ അത് വേഗത്തിൽ നടന്നു മറഞ്ഞു. ജൂലിയുടെയും സഹായിയുടെയും ചിത്രം തെളിഞ്ഞ അവനുടനടി ഗ്ലാസ് കാലിയാക്കി താഴെവെച്ച് അടുത്തതെടുത്തുകൊണ്ട് (നാലാമത്തേത്) കൊണ്ട് പ്രസ്താവിച്ചു.

"എന്റെ പ്രിയ ചങ്ങാതീ, എനിക്കൊന്നിന്റെ കുറവേ യുള്ളൂ - ഒരു നല്ല മൂഡിന്റെ!"

കലിബാങ് വീണ്ടും ചുറ്റിലും നോക്കി. നേരിയ കഷണ്ടി ത്തലയുള്ള ആ മനുഷ്യൻ അവിടെയുണ്ടായിരുന്നില്ല. അത് അവനെ ശാന്തനാക്കി. അവൻ പുഞ്ചിരിതൂകി.

റമോങ് തുടർന്നു:

"ഓ, നല്ല മൂഡ്! നീയെപ്പോഴെങ്കിലും ഹെഗലിനെ വായി ച്ചിട്ടുണ്ടോ? ഉണ്ടാകാൻ വഴിയില്ല. അതാരാണെന്നുപോലും നിനക്കറിഞ്ഞെന്ന് വരില്ല. നമ്മളെ നമ്മളാക്കിയ ഗുരു ഒരിക്കലെന്നെ ഹെഗലിന്റെ പുസ്തകങ്ങൾ വായിപ്പി ച്ചിരുന്നു. ചിരസ്ഥായിയായ നല്ല മൂഡില്ലാതെ നല്ല തമാശ യുണ്ടാകുന്നത് സങ്കല്പിക്കാനാവില്ലെന്നദ്ദേഹം പറയുന്നു. 'ശാശ്വതമായ തമാശ' കളിയാക്കലല്ല, ആക്ഷേപഹാസ്യമല്ല, രൂക്ഷപരിഹാസവുമല്ല. അനശ്വരമായ നല്ല മൂഡിന്റെ കൊടുമുടിയിൽനിന്നുകൊണ്ടുമാത്രമേ നിനക്ക് വളരെ

താഴെയുള്ള ചെറിയ മനുഷ്യരുടെ വിഡ്ഢിത്തങ്ങൾ കാണാനും അതോർത്ത് ചിരിക്കാനും സാധിക്കുകയുള്ളൂ."

പിന്നെ, ഒരു നിമിഷത്തിനുശേഷം, കൈയിൽ ഗ്ലാസു മായി അവൻ പതുക്കെപ്പറഞ്ഞു.

"ഈ നല്ല മൂഡ് അതെങ്ങനെ നേടിയെടുക്കാനാവും?" അവൻ കുടിച്ചുകൊണ്ടിരുന്നു. ഒഴിഞ്ഞ ഗ്ലാസ് ട്രേയിൽവെച്ചു. കലിബാങ് പുഞ്ചിരിച്ചുകൊണ്ട് യാത്രപറഞ്ഞു. ഒന്നു തിരിഞ്ഞുനോക്കി. അവൻ പോയി. അകന്നുപോകുന്ന അവന്റെ സുഹൃത്തിനെ നോക്കി കൈവീശിക്കൊണ്ട് ഉറക്കെ ചോദിച്ചു.

"ഈ നല്ല മൂഡ് കിട്ടാനുള്ള വഴിയെന്താണ്?"

മാഡം ഫ്രാങ്ക് മടങ്ങുന്നു

എല്ലാറ്റിനുമുള്ള ഉത്തരമായി റമോങ് കേട്ടത് കൂട്ട ച്ചിരിയും കൂക്കിവിളിയും കൈയടിയുമായിരുന്നു. അവൻ ഹാളിന്റെ മറുഭാഗത്തേക്ക് തിരിഞ്ഞുനോക്കി. ആ തൂവൽ അവസാനം ലഫ്രാങ്കിന്റെ ചൂണ്ടുവിരലിനു മുകളിൽ സ്ഥാനം പിടിച്ചിരുന്നു. ഒരു ഓർക്കസ്ട്രയുടെ സംഗീത സംവിധാ യകൻ ഒരു മഹത്തായ സിംഫണി അവസാനിപ്പിക്കുന്നതു പോലെ മദാം ലഫ്രാങ്ക് തന്റെ കൈ എത്രത്തോളം ഉയര ത്തിൽ പൊക്കിപ്പിടിക്കാമോ അത്രത്തോളം പൊക്കിപ്പിടിച്ചു.

ആവേശഭരിതരായ ആ ആൾക്കൂട്ടം പതുക്കെ ശാന്ത രായി. അപ്പോൾ മാഡം ലഫ്രാങ്ക് കൈ ഉയർത്തിപ്പിടിച്ചു കൊണ്ടുതന്നെ മുഴങ്ങുന്ന ശബ്ദത്തിലിങ്ങനെ പറഞ്ഞു (വായിലൊരു കഷണം കേക്കുംവെച്ചുകൊണ്ടുതന്നെ)

"എന്റെ ഇനിയുള്ള ജീവിതം മുമ്പത്തേക്കാളേറെ സമ്മോ ഹനമായിരിക്കുമെന്ന് സ്വർഗ്ഗം ഈ അടയാളത്തിലൂടെ മുന്ന റിയിപ്പ് തന്നിരിക്കുന്നു. ജീവിതം മരണത്തേക്കാളേറെ ശക്ത മാണ്. കാരണം, മരണത്തിൽനിന്നും തഴച്ചുവളരുന്നതാണ് ജീവിതം."

പിന്നെ അല്പനേരം മൗനമായി സദസ്സിനെ നോക്കി ക്കൊണ്ട് അവസാനത്തെ കേക്കിന്റെ തുണ്ട് കഴിച്ചു.

ചുറ്റുമുള്ളവർ കയ്യടിച്ചുകൊണ്ടിരുന്നു. അപ്പോൾ ദർദലൊ എല്ലാവരുടേയും പേരിൽ അവളെ ആലിംഗനം ചെയ്യാനാഗ്രഹിക്കുന്നതുപോലെ ലഫ്രോങ്കിനരികിലെത്തി. പക്ഷേ, അവളയാളെ കണ്ടിരുന്നില്ല. കൈ അപ്പോഴും മച്ചിലേക്കുയർത്തിപ്പിടിച്ച്, ചൂണ്ടുവിരലിനും തള്ളവിരലിനുമിടയിൽ തൂവൽ വെച്ച്, നൃത്തച്ചുവടുകളുമായി കുതിച്ചുചാടിക്കൊണ്ട് അവൾ പുറത്തേക്കുള്ള കതകിനടുത്തേക്ക് നടക്കുകയായിരുന്നു.

റമോങ് മടങ്ങുന്നു

അദ്ഭുതപ്പെട്ട് റമോങ് ആ രംഗമിങ്ങനെ നോക്കിനിന്നുപോയി. ആ ചിരി അവന്റെ ശരീരത്തിൽ പുനർജ്ജനിച്ചതുപോലെ തോന്നി. എന്താണാ ചിരി? ആ ഹെഗേലിയൻ ഗുഡ് മൂഡ് അങ്ങുയരത്തിൽ നിന്നവനെക്കണ്ട് അവസാനമായതിന്റെ കൂട്ടിലേക്കണച്ചുകൊണ്ടുപോവാൻ തീരുമാനിച്ചോ? ആ ചിരിയെ പിടിച്ചുനിർത്തി ദീർഘകാലത്തേക്കവനിൽത്തന്നെ നിലനിൽക്കാനുള്ള ഒരു കല്പനയായിരുന്നിരിക്കാമോ അത്?

അവന്റെ ഗൂഢമായ നോട്ടം ദർദലൊവിൽ പതിഞ്ഞു. ആ രാത്രി നീളെ അവനെ ഒഴിവാക്കുന്നതിലവൻ വിജയിച്ചിരുന്നു. മര്യാദയ്ക്കുവേണ്ടി അവൻ അയാളോട് പോയി യാത്ര പറയണമോ? വേണ്ട. അവന്റെ ഒരിക്കലുമില്ലാത്ത നല്ല മാനസികാവസ്ഥ താൻ നശിപ്പിക്കാൻ മുതിരില്ല. എത്രയും വേഗം ഇവിടെനിന്ന് പുറത്ത് കടക്കാമോ അത്രയും നല്ലത്.

അത്യാഹ്ലാദവാനായി പൂർണ്ണമായും ലഹരിക്കടിമപ്പെട്ട്, പടികൾ പടിപടിയായിറങ്ങി തെരുവിലെത്തി ഒരു ടാക്സിക്കായി അവൻ തിരഞ്ഞു. അവനിൽനിന്ന് ഇടയ്ക്കിടെ ചിരിമുഴക്കം ചിതറിത്തെറിച്ചു.

ഹവ്വയുടെ മരം

റമോങ് ടാക്സി തേടുമ്പോൾ അലേൻ അവന്റെ മുറിയിലെ തറയിൽ ചുമരും ചാരിക്കൊണ്ട് തല കുനിച്ചു

കൊണ്ടിരിക്കുകയായിരുന്നു, ഒരു പക്ഷേ അവൻ ഉറങ്ങിപ്പോയതായിരിക്കുമോ?

ഒരു സ്ത്രീശബ്ദം അവനെ വിളിച്ചുണർത്തി. നീയെന്നോടിതുവരെ പറഞ്ഞ കാര്യങ്ങളൊക്കെ എനിക്കിഷ്ടമായിരുന്നു. നീ സങ്കല്പിക്കുന്ന കഥകളും. അതൊക്കെ ഞാൻ സമ്മതിച്ചിരിക്കുന്നു. ആ പൊക്കിളിനെപ്പറ്റി പറഞ്ഞ കാര്യമൊഴികെ. പൊക്കിളില്ലാത്ത സ്ത്രീ നിന്റെ കണ്ണിലൊരു മാലാഖയാണ്. പക്ഷേ, എനിക്കവൾ ഹവ്വയാണ്. ആദ്യ പെൺപിറവി. അവൾ ഒരു വയറ്റിൽനിന്നല്ല പിറന്നത്, വ്യാമോഹത്തിൽനിന്നാണ്. ഈശോയുടെ വ്യാമോഹത്തിൽ നിന്ന്. അതുകൊണ്ട് അവൾക്ക് പൊക്കിളുണ്ടായിരുന്നില്ല. അവളുടെ യോനിയിൽനിന്നാണ്, പൊക്കിളില്ലാത്ത ഒരു സ്ത്രീയുടെ യോനിയിൽനിന്നാണ്, ആദ്യ പൊക്കിൾക്കൊടി പുറത്തുവന്നത്. ബൈബിളിനെ വിശ്വസിക്കുകയാണെങ്കിൽ മറ്റ് പൊക്കിൾക്കൊടികളുമുയിർത്ത് വന്നത് അവളിൽനിന്നാണ്. ഓരോ പെണ്ണിനേയും ആണിനേയും ഓരോ പൊക്കിൾക്കൊടിയുമായി ബന്ധിപ്പിച്ചിരിക്കുന്നു. ആൺ ശരീരങ്ങൾ തുടർച്ചയില്ലാതെ തീർത്തും ഉപകാരശൂന്യമായിത്തീരുമ്പോൾ ഓരോ പെണ്ണിന്റേയും ലൈംഗികാവയവത്തിൽനിന്നും മറ്റൊരു പൊക്കിൾക്കൊടി പുറത്തുവരുന്നു. ഓരോന്നിന്റേയും അറ്റം മറ്റൊരാണും പെണ്ണുമായി ബന്ധിക്കപ്പെട്ട്, ഇതൊക്കെ കോടികോടിത്തവണ ആവർത്തിക്കപ്പെട്ട്, പടർന്ന് പന്തലിച്ചൊരു കൂറ്റൻ വന്മരമായി, എണ്ണമില്ലാത്ത അനന്തമായ ശരീരങ്ങളാൽ രൂപപ്പെട്ട ആകാശം തൊടുന്ന ശാഖകളുള്ള വന്മരമായി മാറും. ഈ വന്മരത്തിന്റെ കൂറ്റൻ വേരുകൾ ഈയൊരു കൊച്ചുസ്ത്രീയുടെ യോനിയിലാണ് ആഴ്ന്നു നിൽക്കുന്നതെന്ന കാര്യം നിങ്ങളൊന്ന് സങ്കല്പിച്ചുനോക്കൂ. ഈ ബ്രഹ്മാണ്ഡത്തിലെ ആദ്യസ്ത്രീയിൽ പൊക്കിളില്ലാത്ത പാവം ഹവ്വയിൽ. ഞാൻ ഗർഭിണിയായിരുന്നപ്പോൾ, ഞാനെന്ന ഈ മരത്തിന്റെ ഒരു ഭാഗമായി നിന്നെ കണ്ടിരുന്നു. അപ്പോൾ ജനിച്ചിട്ടുപോലുമില്ലാത്ത

നിന്നെ, ശൂന്യതയിൽ പൊങ്ങിക്കിടക്കുന്ന എന്റെ ശരീരത്തിൽനിന്നും പുറത്തുവരുന്ന പൊക്കിൾക്കൊടിയിൽ കൊളുത്തപ്പെട്ടതായി ഞാൻ സങ്കല്പിക്കുകയായിരുന്നു. അപ്പോൾമുതൽ, അങ്ങ് താഴെയായി പൊക്കിളില്ലാത്ത സ്ത്രീയുടെ കഴുത്തറുക്കുന്ന ഒരു കൊലയാളിയെ സ്വപ്നം കണ്ടു. പിന്നെ അവളുടെ പിടയുന്ന ശരീരവും അവളുടെ മരണവും ആ അഴുകുന്ന ശരീരവും സങ്കല്പിച്ചു. അപ്പോൾ അവളിൽനിന്നും മുളച്ചുവന്ന ആ വന്മരം പൊടുന്നനെ വേരുകൾ നഷ്ടപ്പെട്ട്, തറയിളകി വീഴാൻ പോയി. ഒരു പേമാരി പോലെ ആ മരത്തിന്റെ എണ്ണമില്ലാത്ത ശിഖരങ്ങളെല്ലാം പൊടിഞ്ഞുതിർന്നുവീഴുന്നത് കണ്ടു. നീയെന്നെ നന്നായി മനസ്സിലാക്കണം, മാനവികചരിത്രത്തിന്റെ അന്ത്യമോ, ഭാവിയുടെ നാശമോ അല്ല സ്വപ്നം കാണുന്നത്, തീർത്തുമതല്ല. മനുഷ്യരാശിയുടെ തന്നെ പരിപൂർണ്ണ ഉന്മൂലനമാണ്. ഭൂതം, ഭാവി, അതിന്റെ ഉല്പത്തിയും അന്ത്യവും അതിന്റെ ഓർമ്മകൾക്കൊപ്പം, നെറോവിനും നെപ്പോളിയനുമൊപ്പം ബുദ്ധനും യേശുക്രിസ്തുവിനുമൊപ്പം ഏതോ നശിച്ച പ്രഥമവനിതയുടെ പൊക്കിളില്ലാത്ത കൊച്ചു ഉദരത്തിൽ വേരുപിടിച്ച ആ മരത്തിന്റെ പരിപൂർണ്ണ നാശമാണ് ഞാനാഗ്രഹിക്കുന്നത്. അവളെന്താണ് ചെയ്യുന്നതെന്ന് ആ ആദ്യപെൺപിറവിക്കറിയുന്നില്ല. അവളുടെ നികൃഷ്ടമായ യോനി കാരണം എന്തൊക്കെ ക്രൂരതകളാണുണ്ടാകുന്നതെന്നവളറിയുന്നില്ല. ഇതൊന്നും തീർച്ചയായും അവൾക്കൊരുതരി ആനന്ദം പോലും നൽകുന്നില്ലെന്നതുറപ്പാണ്."

അമ്മയുടെ ശബ്ദം നിലച്ചു. റമോങ് ഒരു ടാക്സി വിളിച്ചു നിർത്തി. അലേൻ ചുമരിൽചാരി വീണ്ടും ഉറക്കം തൂങ്ങി.

ഭാഗം ആറ്

മണ്ണിലിറങ്ങുന്ന മാലാഖമാർ

മരിയാനയുടെ യാത്രയയപ്പ്

അവസാനത്തെ അതിഥികളും പോയതും ചാൾസും കലിബാങ്ങും സാധാരണക്കാരെപ്പോലെയായി മാറി. അവരുടെ വെള്ളക്കോട്ടുകളൂരി സ്യൂട്ട്കേസിൽവെച്ചു. സങ്കടത്തോടെ ആ പോർച്ചുഗീസ് പെൺകുട്ടി, പ്ലേറ്റുകൾ, കോപ്പപ്പാത്രങ്ങൾ, കുപ്പികൾ, മേശവിരികൾ ഇവയൊക്കെ ശേഖരിക്കാനും അവ കൊണ്ടുപോകാനുമായി വരുന്ന കാറ്ററിംഗ് സ്റ്റാഫുകൾക്കായി അടുക്കളയുടെ ഒരു മൂലയിൽ അവ അടുക്കിവെക്കാനും തുടങ്ങി. താൻ അവർക്ക് ഉപകാരിയാകണമെന്ന ഒരേയൊരു ആഗ്രഹത്തോടെ, അവൾ എപ്പോഴും അവർക്കരികിൽ തന്നെയുണ്ടായിരുന്നു. അതിനാൽ, അർത്ഥമില്ലാത്ത ചറപറ വാക്കുകളുരുവിടാൻ പോലുമാകാത്തത്ര ക്ഷീണിതരായ ആ രണ്ട് കൂട്ടുകാർക്കും വിശ്രമിക്കാനൊരു നിമിഷം പോലും കിട്ടിയില്ല. ഫ്രഞ്ചിൽ അർത്ഥമുള്ള ഒരാശയം പോലും അന്യോന്യം കൈമാറാനായില്ല.

വെള്ളക്കോട്ടൂരിവെച്ചപ്പോൾ, ആ പോർച്ചുഗീസ് പെൺകുട്ടിയുടെ കണ്ണിൽ കലിബാങ് സ്വർഗ്ഗത്തിൽനിന്ന് ഭൂമിയിലേക്കിറങ്ങിവന്ന, ഒരു പാവം വേലക്കാരി പെൺകുട്ടിക്ക് എളുപ്പത്തിൽ സംസാരിക്കാനാവും വിധത്തിലുള്ള സാഹചര്യമൊരുക്കിയ ഒരു അവതാരമനുഷ്യനായി തോന്നി.

"ശരിക്കും ഞാൻ പറയുന്നതൊന്നും നിങ്ങൾ മനസ്സിലാക്കുന്നില്ലേ?"

അവൾ ചോദിച്ചു. (ഫ്രഞ്ചിൽ) കലിബാങ് വളരെ പതുക്കെ ഓരോരോ വാക്യമായി ശ്രദ്ധയോടെ ഉച്ചരിച്ച് അവളുടെ കണ്ണുകളുടെ ആഴങ്ങളിൽ നോക്കിക്കൊണ്ട് എന്തോ ഒരുത്തരം പറഞ്ഞു (പാക്കിസ്ഥാനിയിൽ).

അവൾ അതീവശ്രദ്ധയോടെ അവന്റെ സംസാരം കേട്ടുകൊണ്ടിരുന്നു. വളരെ വേഗത കുറച്ച് സംസാരിച്ചിരുന്നതിനാൽ ഈ ഭാഷ അവൾക്ക് നന്നായി മനസ്സിലാക്കാൻ കഴിഞ്ഞതുപോലെ തോന്നി. പക്ഷേ അവൾക്ക് പരാജയം സമ്മതിക്കേണ്ടി വന്നു.

"നിങ്ങൾ എത്ര സാവധാനത്തിൽ സംസാരിച്ചാലും എനിക്കൊന്നും മനസ്സിലാവുകയില്ല,"

സങ്കടത്തോടെയവൾ പറഞ്ഞു. പിന്നെ ചാൾസിനോട് ചോദിച്ചു.

"അവന്റെ മൊഴിയിൽ അവനോടെന്തെങ്കിലും പറയാൻ നിങ്ങൾക്ക് സാധിക്കുമോ?"

"എന്തെങ്കിലും? വളരെ ലളിതമായ വാചകങ്ങൾ മതി. അടുക്കളയെ സംബന്ധിച്ച എന്തെങ്കിലും കാര്യങ്ങൾ."

"എനിക്കറിയാം." ദീർഘനിശ്വാസത്തോടെ അയാൾ പറഞ്ഞു.

"നിനക്കയാളെ ഇഷ്ടമായോ?" ചാൾസ് ചോദിച്ചു.

"ഊം." ചുകന്ന് തുടുത്തവൾ പറഞ്ഞു.

"നിനക്കായി ഞാനെന്ത് ചെയ്യണം? അവനെ നിനക്കിഷ്ടമായ കാര്യമവനോട് പറയണോ?"

"വേണ്ട" തല ശക്തമായി കുലുക്കിക്കൊണ്ടവൾ മറുപടി പറഞ്ഞു. "അവനോട് പറയണം, ഒന്നുമാത്രം പറയണം...." പിന്നെ എന്തോ ആലോചിച്ച് അവൾ തുടർന്നു.

"ഫ്രാൻസിൽ അവൻ വളരെ ഏകാന്തത അനുഭവിക്കുന്നുണ്ടാകും. വളരെയേറെ. അവനോടൊന്നുമാത്രം പറയാൻ

ഞാനാഗ്രഹിക്കുന്നു. അവനെന്തെങ്കിലും സഹായമാവശ്യ മുണ്ടെങ്കിൽ... എന്തെങ്കിലും ഭക്ഷണം വേണമെന്നാഗ്രഹി ച്ചെങ്കിൽ...

...അതെനിക്ക് ചെയ്യാൻ പറ്റും..."

"നിന്റെ പേരെന്താണ്?"

"മരിയാന"

"മരിയാനാ, നീയൊരു മാലാഖയാണ്. എന്റെ യാത്രാ മദ്ധ്യേ ഞാൻ കണ്ടെത്തിയ മാലാഖ."

"ഞാനൊരു മാലാഖയല്ല." പൊടുന്നനെ, എന്തോ വിഷമംപോലെ ചാൾസ് സമ്മതിച്ചു. "എന്നാലും ഞാനി പ്പോഴാണ് ഒരു മാലാഖയെ കാണുന്നത്. പിന്നെ എന്റെ അന്ത്യത്തെ ഏറെയകലേക്ക് തള്ളിക്കൊണ്ടുപോകാൻ മോഹിക്കുകയാണ്."

അവന്റെ അമ്മയെ ഓർത്തിരിക്കെ മരിയാന അവനോട് ചോദിച്ചത് മറന്നുപോയി. അപേക്ഷാസ്വരത്തിൽ അവളത് വീണ്ടും ആവശ്യപ്പെട്ടപ്പോൾ മാത്രമാണ് അവനതോർത്തത്. "ഞാനവനോട് പറയാനൊരു കാര്യം..."

"ഓ മറന്നുപോയി." ഇതും പറഞ്ഞ് അവൻ കലി ബാങിനെ നോക്കി എന്തൊക്കെയോ ശബ്ദങ്ങൾ കൈമാറി.

കലിബാങ് ആ പോർച്ചുഗീസ് പെൺകൊടിയുടെ അടു ത്തേക്ക് വന്നു. അവനവളുടെ ചുണ്ടുകളിൽ ചുംബിച്ചു. പക്ഷേ, ആ പെൺകുട്ടി ചുണ്ടുകൾ ഇറുകെപ്പിടിച്ചിരുന്നതി നാൽ അവരുടെ ചുംബനം ആകസ്മികമായി പാവനമായി ത്തീർന്നു. ഉടനടി അവളോടി രക്ഷപ്പെടുകയും ചെയ്തു.

വിനയാന്വിതമായ അവളുടെ പെരുമാറ്റം ആ രണ്ടു പുരുഷന്മാരിലും ഗൃഹാതുരതയുളവാക്കി. നിശ്ശബ്ദരായി അവർ പടികളിറങ്ങി കാറിൽ കയറിയിരുന്നു.

"കലിബാങ്, എഴുന്നേല്ക്ക്. മതിയുറങ്ങിയത്. അവൾ നിനക്കുള്ളതല്ല."

"എനിക്കതറിയാം. എന്നാലും അതോർത്ത് വിഷമിക്കാനെങ്കിലുമെന്നെ അനുവദിക്കൂ..."

"നന്മനിറഞ്ഞ അവൾക്കുവേണ്ടി എനിക്കുമെന്തെങ്കിലും ചെയ്യണമെന്നാഗ്രഹമുണ്ട്."

"പക്ഷേ, നിനക്കവൾക്കായൊന്നും ചെയ്യാൻ കഴിയില്ല. നിന്റെ സാമീപ്യം അവൾക്ക് കഷ്ടമേ ഉണ്ടാക്കുകയുള്ളൂ."

അതുംപറഞ്ഞ് ചാൾസ് കാറോടിക്കാനാരംഭിച്ചു.

"എനിക്കതറിയാം. എന്നാലുമെനിക്കത് സഹിക്കുന്നില്ല."

"എന്ത്? അവളുടെ നൈർമ്മല്യമോ?"

"അതെ. വിശ്വസ്തനല്ലാത്തൊരു ഭർത്താവ് എന്ന ചീത്ത പ്പേരെനിക്കുണ്ടായിട്ടുകൂടി എനിക്കീ പാതിവ്രത്യത്തിന് ഒരു തീക്ഷ്ണമായ ഗൃഹാതുരത്വമുണ്ട്."

അവൻ തുടർന്നു. "നമുക്ക് അലേന്റെ വീട്ടിൽ പോകാം."

"അവനുറങ്ങിപ്പോയിട്ടുണ്ടാകും."

"നമ്മളവനെ വിളിച്ചുണർത്തും. എനിക്ക് കുടിക്കണം. നിന്നോടുമവനോടുമൊപ്പം."

ഉയരത്തിലുള്ള
അർമഗ്നാക് കുപ്പി

തെരുവിൽനിന്നും കാത് തുരക്കുന്ന തരത്തിലുള്ള നീണ്ട ഒരു ഹോണടി ഉയർന്നു. അലേൻ ജനാല തുറന്നിട്ടു. കീഴെ കലിബാങ് കാറിന്റെ വാതിൽ വലിച്ചടച്ചുകൊണ്ട് ഉറക്കെ വിളിച്ചുപറഞ്ഞു.

"ഇത് ഞങ്ങളാണ്, അങ്ങോട്ട് വരാമോ?"

"ശരി, മുകളിലോട്ട് വാ"

പടികയറുമ്പോൾത്തന്നെ കലിബാങ് ഉറക്കെ ചോദിച്ചു.

"വീട്ടിൽ കുടിക്കാനുള്ളത് വല്ലതുമുണ്ടോ?"

"നിനക്കിതെന്തുപറ്റി! നീയൊരിക്കലുമൊരു കുടിയനായിരുന്നില്ലല്ലോ!" സ്റ്റുഡിയോവിന്റെ കതക് തുറന്നുകൊണ്ട് അലേൻ പറഞ്ഞു.

"ഇന്നൊരു പ്രത്യേക ദിവസമാണ്. ആ നൈർമ്മല്യം ആഘോഷിക്കാൻ ഞാനാഗ്രഹിക്കുന്നു." പിറകിൽ ചാൾസുമായി സ്റ്റുഡിയോവിലേക്ക് കയറിക്കൊണ്ട് കലിബാങ് പറഞ്ഞു. മൂന്നു നിമിഷം മടിച്ചുനിന്നശേഷം അലേൻ വീണ്ടും പ്രസന്നനായി.

"നിനക്ക് ശരിക്കും വിശുദ്ധി ആഘോഷിക്കണമെന്ന ആഗ്രഹമുണ്ടെങ്കിൽ നല്ലൊരവസരമുണ്ട്..."

അർമഗ്നാക് കുപ്പിയാൽ കിരീടമണിയിക്കപ്പെട്ട അലമാര നോക്കി ഒരു കൈയയുർത്തി അവൻ വീശി.

"അലേൻ, എനിക്കൊരു ഫോൺ വിളിക്കണം." എന്നു പറഞ്ഞുകൊണ്ട് സ്വകാര്യതയ്ക്കുവേണ്ടി ഹാളിലേക്ക് കടന്നു കതകടച്ചു.

കലിബാങ് അലമാരയ്ക്ക് മുകളിലുള്ള കുപ്പി നോക്കിക്കൊണ്ട് പറഞ്ഞു. "അർമഗ്നാക്!"

"സിംഹാസനസ്ഥയായ ഒരു രാജ്ഞിയെപ്പോലെ അവിടെയിരുന്ന് ഭരിക്കാനാണ് ഞാൻ ആ കുപ്പിയങ്ങ് മുകളിൽ സ്ഥാപിച്ചത്."

അലേൻ പറഞ്ഞു.

"ഏതാ വർഷം?" കലിബാങ് അതിന്റെ ലേബലിലെ എഴുത്ത് വായിക്കാനൊരു ശ്രമം നടത്തി. ആരാധനാപൂർവ്വം പറഞ്ഞു:

"ഇല്ല, തീരെ വായിക്കാൻ പറ്റുന്നില്ല."

"അത് തുറക്കൂ." അലേൻ ആജ്ഞാപിച്ചു.

"തുറക്കാം." കലിബാങ് ഒരു കസേരയെടുത്ത് അതിൽ കയറിനിന്നു. എന്നിട്ടും കുപ്പിയുടെ അടിഭാഗം ഒന്നുതൊടാൻ മാത്രമേ സാധിച്ചുള്ളൂ. കൈയെത്താനാവാത്ത ഉയരത്തിലുള്ള കുപ്പിയുടെ പ്രൗഢി.

ഷോപെൻ ഹോവറിന്റെ കാഴ്ചയിലുള്ള ലോകം.

നീളമുള്ള അതേ മേശയ്ക്കുചുറ്റും അതേ സൗഹൃദവലയത്തിൽ, സ്റ്റാലിൻ കലിബാങിനു നേരെ തിരിഞ്ഞുകൊണ്ട് പറഞ്ഞു:

"എന്നെ വിശ്വസിക്കൂ, പ്രിയ സുഹൃത്തേ, പ്രശസ്തനായ ഇമ്മാനുവൽ കാന്റിന്റെ നഗരമെന്നും കലിനേങ്ഗ്രാഡ് എന്ന് മാത്രമേ അറിയപ്പെടുകയുള്ളൂ എന്നതിലെനിക്കുമുറപ്പാണ്. അദ്ദേഹത്തിന്റെ ജന്മനഗരത്തിന്റെ ഗോഡ്ഫാദർ എന്ന നിലയിൽ കാന്റിന്റെ സുപ്രധാന ആശയമെന്തായിരുന്നെന്ന് പറയാമോ?"

കലിനീനിന് അതിനെപ്പറ്റി അറിവുമുണ്ടായിരുന്നില്ല. അതിനാൽ പഴയ സമ്പ്രദായപ്രകാരം, അവരുടെ അറിവില്ലായ്മയാൽ ക്ഷീണിതനായി, സ്റ്റാലിൻതന്നെ ചോദ്യത്തിനുള്ള ഉത്തരം പറഞ്ഞു:

"സുഹൃത്തുക്കളേ, കാന്റിന്റെ സുപ്രധാന ആശയം 'തിങ് ഇൻ ഇറ്റ്സെൽഫ്' എന്നതാണ്. ജർമ്മനിയിൽ 'ദെസ് ഡിംഗ് ആൻ സിച്ച്' എന്നും പറയും. നമ്മുടെ പ്രാതിനിധ്യത്തിന് പിറകിൽ വസ്തുനിഷ്ഠമായ എന്തോ ഒന്നുണ്ട്. ഒരു 'ഡിംഗ്'. നമുക്കജ്ഞാതമായതാണെങ്കിലും യഥാർത്ഥമായത്. പക്ഷേ ഈ ആശയം തെറ്റാണ്. നമ്മുടെ പ്രതിനിധാനത്തിന് പിറകിൽ യാതൊരു യാഥാർത്ഥ്യവുമില്ല. 'നോ തിങ് ഇൻ ഇറ്റ്സെൽഫ്' ഇല്ല.

അവരെല്ലാവരും അദ്ഭുതസ്തബ്ധരായി കേട്ടുനിന്നപ്പോൾ സ്റ്റാലിൻ തുടർന്നു:

"ഷോപെനോവർ സത്യത്തിനും വളരെയടുത്തായിരുന്നു. എന്തായിരുന്നു സുഹൃത്തുക്കളേ അദ്ദേഹത്തിന്റെ മഹത്തായ ആശയം?"

പരീക്ഷകന്റെ പരിഹാസം സ്ഫുരിക്കുന്ന നോട്ടം അവരൊക്കെയൊഴിവാക്കി. ഏവർക്കും പരിചിതമായ അവന്റെ സ്വഭാവത്താൽ ഉത്തരം പറഞ്ഞുകൊണ്ട് അത് അവസാനിപ്പിച്ചു.

"സുഹൃത്തുക്കളേ, ഷോപെനോവറിന്റെ പ്രധാന ആശയം ലോകം പ്രാതിനിധ്യവും മനഃശക്തിയും മാത്രമാണ് എന്നതാണ്. അതിന്റെ അർത്ഥമെന്താണെന്നുവച്ചാൽ നമ്മൾ ഇക്കാണുന്ന ലോകത്തിന് പിന്നിൽ ഒരു വസ്തുനിഷ്ഠത യുമില്ല. ഒരു 'Ding an sich' ഇല്ല. ആ പ്രാതിനിധ്യം നില നില്ക്കാനായി, അത് യാഥാർത്ഥ്യമാക്കാനായി, ഒരു മനഃ ശക്തി ഉണ്ടായിരിക്കേണ്ടതാണ്, അടിച്ചേല്പിക്കാൻ കഴി യുന്ന അദമ്യമായ ഒരു മനഃശക്തി."

മടിച്ചുകൊണ്ട് ഷദനോവ് എതിർത്തു. "ജോസഫ്! ലോക ത്തിനെന്ത് പ്രാതിനിധ്യം! ബൂർഷ്വാസിയുടെ തത്ത്വശാസ്ത്ര പരമായ ആദർശവാദത്തിന്റെ ഒരു കള്ളം സ്ഥാപിക്കാൻ നിന്റെയീ ജീവിതം മുഴുവൻ നീ ഞങ്ങളോട് കടപ്പെട്ടിരിക്കു ന്നല്ലോ!"

സ്റ്റാലിൻ: "ഷദനോവ് സുഹൃത്തേ, മനഃശക്തിയുടെ പ്രധാന സവിശേഷതകൾ എന്താണ്?"

ഷദനോവ് നിശ്ശബ്ദനായിരുന്നപ്പോൾ സ്റ്റാലിൻ മറുപടി പറഞ്ഞു: "നിങ്ങളുടെ സ്വാതന്ത്ര്യം എന്താഗ്രഹിക്കുന്നോ അതിന് ദൃഢമായി പ്രസ്താവിക്കാം. അത് വിട്ടുകളയൂ. ശരി യായ പ്രശ്നമിതാണ്, ഈ ഗ്രഹത്തിൽ എത്രയേറെ മനുഷ്യ രുണ്ടോ അത്രത്തോളം പ്രതിനിധാനങ്ങളുമുണ്ട്; അത് അനി വാര്യമായ കുഴപ്പങ്ങളുമുണ്ടാക്കും. ആ കുഴപ്പത്തിലെങ്ങനെ ക്രമമുണ്ടാക്കാനാണ്? ഉത്തരം വളരെ സ്പഷ്ടമാണ്. എല്ലാ വർക്കും ഒരേയൊരു പ്രതിനിധാനം അടിച്ചേല്പിക്കുക. മനഃശക്തി ഒന്നുകൊണ്ട് മാത്രമേ അത് സാദ്ധ്യമാകൂ. അന്ത മില്ലാത്തൊരു മനഃശക്തിയാൽ, മറ്റെല്ലാറ്റിനേയും മറികടന്ന് എന്തിലും ആധിപത്യം സ്ഥാപിക്കുന്ന മനഃശക്തിയാൽ എന്റെ കഴിവുകൾക്കനുസരിച്ച് ഞാനത് ചെയ്തു. മഹത്തായ മനഃശക്തിയുടെ പിൻബലമുണ്ടെങ്കിൽ എന്തും വിശ്വസി ക്കുന്ന തലത്തിലെത്താൻ മനുഷ്യർക്ക് സാധിക്കും. പ്രിയ കൂട്ടുകാരേ! എന്തും സാധിക്കും." ആനന്ദം സ്ഫുരിച്ച സ്വര ത്തിൽ സ്റ്റാലിൻ ചിരിച്ചു പറഞ്ഞു.

പാലാരിപ്പക്ഷിക്കഥയോർത്തുകൊണ്ട് അവൻ സുഹൃത്തുക്കളെ കുസൃതിയോടെ നോക്കി. പ്രത്യേകിച്ച് കുറുതായി തടിച്ചുരുണ്ട ക്രൂഷ്ചേവിനെ. അപ്പോഴവന്റെ കവിളുകൾ ചുവന്നുതുടുത്തിരുന്നു. ധൈര്യവാനായിരിക്കാനവൻ ഒരിക്കൽകൂടി തയ്യാറായിക്കഴിഞ്ഞിരുന്നു. എങ്കിലും "സ്റ്റാലിൻ സുഹൃത്തേ, നീ പറയുന്നതെന്തും എല്ലാവരും അതേപടി വിശ്വസിച്ചിരുന്നൊരു കാലമുണ്ടായിരുന്നെങ്കിലും, ഇന്നവർ നീ പറയുന്നതൊരു തരിപോലും വിശ്വസിക്കുന്നില്ല."

മേശമേൽ മുഷ്ടികൊണ്ടിടിച്ച ഇടി
ഈ ലോകം മുഴുവൻ പ്രതിധ്വനിക്കും

"നീ എല്ലാം മനസ്സിലാക്കിയിരിക്കുന്നു."

സ്റ്റാലിൻ മറുപടി പറഞ്ഞു. "അവരെന്നെ വിശ്വസിക്കുന്നത് നിർത്തിയിരിക്കുന്നു. എന്റെ മനഃശക്തിക്ക് ക്ഷീണം തട്ടിയതിനാൽ പകൽകിനാവിൽ മെനഞ്ഞെടുത്ത എന്റെ പാവം മനഃശക്തിയെ ഈ ലോകം മുഴുവൻ ഗൗരവമായെടുത്ത് കളഞ്ഞു. എന്റെ ശക്തി മുഴുവൻ ഞാനിതിനായി ബലികഴിച്ചു. എന്നെത്തന്നെയും. സുഹൃത്തുക്കളേ നിങ്ങളെന്റെയീ ചോദ്യത്തിനുള്ള ഉത്തരം തരൂ... ആർക്കുവേണ്ടിയാണ് ഞാനെന്നെത്തന്നെ ബലി കഴിച്ചത്?"

അദ്ഭുതസ്തബ്ധരായിപ്പോയ സുഹൃത്തുക്കളാരും ഒന്നുമിണ്ടാൻപോലും ശ്രമിച്ചില്ല. സ്റ്റാലിൻതന്നെ അവന്റെ ചോദ്യത്തിനുള്ള ഉത്തരം പറഞ്ഞു. "ഞാനെന്നെ സമർപ്പിച്ചത് മാനവികതയ്ക്കുവേണ്ടിയാണ്."

സമാധാനമായതുപോലെ തലയാട്ടിക്കൊണ്ട് അവന്റെ വാക്കുകളവർ സമ്മതിച്ചു. അത് കഗനോവിഷ് കൈയടിക്കുന്നതുവരെയെത്തി.

"പക്ഷേ എന്താണീ മാനവികത? അത് വസ്തുനിഷ്ഠമായ ഒന്നുമല്ല. അതെന്റെ ആത്മനിഷ്ഠാപരമായ പ്രതിനിധാനമാണ്. എന്റെ സ്വന്തം കണ്ണുകൊണ്ട് എനിക്ക് ചുറ്റിലും

കാണാൻ കഴിയുന്നതാണത്. ഞാനെന്റെ കണ്ണുകൾ കൊണ്ടെന്താണ് കണ്ടതെന്നറിയുമോ സുഹൃത്തുക്കളേ? ഞാൻ നിങ്ങളെക്കണ്ടു – നിങ്ങളെ! ഇരുപത്തിനാല് പാലാരിപ്പക്ഷികളെപ്പറ്റിയുള്ള എന്റെ കഥയെ വിമർശിക്കാൻ ആ ശുചിമുറികളിൽ കതക് കുറ്റിയിട്ട് ഒളിച്ചിരുന്നത് നിങ്ങൾക്കോർമ്മയില്ലേ? നിങ്ങൾ കൂക്കിവിളിക്കുന്നത് കേട്ടുകൊണ്ട് വരാന്തയിലിരുന്ന് ഞാനതാസ്വദിച്ചാനന്ദിച്ചു. പക്ഷേ, അതേ സമയം ഞാൻ സ്വയം പറഞ്ഞു: "എന്റെ ഊർജ്ജം മുഴുവൻ കളഞ്ഞുകുളിച്ചത് ഈ വിഡ്ഢികൾക്ക് വേണ്ടിയായിരുന്നോ? ഇവർക്ക് വേണ്ടിയായിരുന്നോ എന്റെ ജീവിതം ഹോമിച്ചത്? ഈ ചെറ്റകൾക്കുവേണ്ടി? നിലവാരമില്ലാത്ത ഈ മന്ദബുദ്ധികൾക്കുവേണ്ടി, ഈ മൂത്രക്കോളാമ്പി സോക്രട്ടീസുമാർക്കുവേണ്ടി? നിങ്ങളെക്കുറിച്ച് ചിന്തിച്ചിരുന്നപ്പോൾ എന്റെ മനഃശക്തി ഇല്ലാതാകുന്നത് അനുഭവപ്പെട്ടു. അതിനു ബലക്ഷയം സംഭവിക്കുന്നത്, അത് തേഞ്ഞുപോകുന്നത്, പിന്നെ ആ സ്വപ്നം, ഞങ്ങളുടെ മനോഹരമായ പകൽക്കിനാവ്, എന്റെ മനഃശക്തിക്കൊണ്ട് താങ്ങിപ്പിടിച്ചുവെക്കാനാവാതെ, തൂണുകൾ തകർന്ന് നിലംപതിക്കുന്ന ഒരു മഹാസൗധംപോലെ തകർന്നിടിഞ്ഞുവീണു.

ആ തകർച്ച ഉദാഹരണസഹിതം തെളിയിക്കാനായി സ്റ്റാലിൻ അവന്റെ മുഷ്ടി മേശയിലിടിച്ചതും ആ മേശ തന്നെ കുലുങ്ങി വിറച്ചുപോയി.

മാലാഖമാരുടെ പതനം

സ്റ്റാലിന്റെ മുഷ്ടിചുരുട്ടിക്കൊണ്ടുള്ള ഇടിയുടെ ശബ്ദം അവരുടെ തലയിൽ ഒരുപാടുനേരമങ്ങനെ അലയടിച്ചു. ബ്രഷ്നെവ് ജനാലയിലേക്ക് നോക്കിയപ്പോൾ അവന്റെ നിയന്ത്രണം വിട്ടുപോയി. അവന് അവന്റെ കണ്ണുകളെ വിശ്വസിക്കാൻ കഴിഞ്ഞില്ല. ചിറകുകൾ വിരിച്ചുകൊണ്ടൊരു മാലാഖ മച്ചിൽ തൂങ്ങിക്കിടക്കുന്നു. അവൻ കസേരയിൽനിന്ന് കുതിച്ചുകൊണ്ട് പറഞ്ഞു:

"ഒരു മാലാഖ, ഒരു മാലാഖ!" മറ്റുള്ളവരും കസേരകളിൽ നിന്നെഴുന്നേറ്റു. മാലാഖയോ? എവിടെ? എനിക്ക് കാണാൻ പറ്റുന്നില്ലല്ലോ!"

"അതാ, അവിടെ! അങ്ങ് മുകളിൽ."

"എന്റീശോയേ, അതാ ഒന്നുകൂടി. അത് താഴെ വീഴുന്നു." ബെറിയ ദീർഘനിശ്വാസം വിട്ടു.

"വിഡ്ഢികളെ, ഇനിയുമിതുമാതിരി കുറെയെണ്ണം നിങ്ങൾ കാണും," സ്റ്റാലിൻ സീൽക്കാരം വിട്ടു.

"ഒരു മാലാഖ ഒരു അടയാളമാണ്." ക്രൂഷ്ചേവ് പ്രഖ്യാപിച്ചു.

"ഒരടയാളമോ? ഒരടയാളം! അതെന്താണ്?"
ബ്രഷ്നേവ് ഭയത്താൽ വിറങ്ങലിച്ചുകൊണ്ട് വിശ്വാസം വിടാതെ ചോദിച്ചു.

പഴക്കമുള്ള അർമഗ്നാക്-
തറയിലൊഴുകിപ്പരക്കുന്നു

ശരിക്കും ഈ വീഴ്ചയുടെ അടയാളമെന്താണ്? ഇനി യൊരു തിരിച്ചുവരവില്ലാത്ത വിധത്തിൽ അറുംകൊലചെയ്യ പ്പെട്ട ഉട്ടോപ്യാ സാങ്കല്പികാദർശരാഷ്ട്രം! യാതൊരു തെളിവും ബാക്കിവെക്കാതെ കടന്നുപോയ ഒരു യുഗം. ശൂന്യതയിലെറിയപ്പെട്ട പുസ്തകങ്ങളും ചിത്രങ്ങളും. യൂറോപ്പേ അല്ലാത്ത ഒരു യൂറോപ്പ്? വീണ്ടും ഇനി ഒരാളും ഓർത്ത് ചിരിക്കാത്ത തമാശകൾ. കൈയിൽ കുപ്പിയും ചേർത്തുപിടിച്ച കലിബാങ് കസേരയിൽനിന്ന് താഴെ വീണ കാഴ്ച കണ്ട് പേടിച്ചുപോയ അലേൻ ഈ ചോദ്യങ്ങളൊന്നും തന്നെ സ്വയം ചോദിച്ചില്ല. പുറമടിച്ച് വീണ് നിശ്ചലനായി രിക്കുന്ന അവന്റെ സുഹൃത്തിന്റെ ശരീരത്തിലേക്കവൻ കുനിഞ്ഞുനോക്കി. ഉടഞ്ഞുപോയ കുപ്പിയിൽനിന്നും പഴയ (ഓ, വളരെ വളരെ പഴകിയ) അർമഗ്നാക് മാത്രം തറയി ലൊഴുകിപ്പരക്കുന്നുണ്ടായിരുന്നു.

ഒരജ്ഞാതൻ തന്റെ കാമുകിയോട് യാത്ര പറയുന്നു

അതേസമയം, പാരീസിന്റെ മറുഭാഗത്തെ അറ്റത്ത് ഒരു സുന്ദരി അവളുടെ കിടക്കയിൽ ഞെട്ടിയെഴുന്നേല്ക്കുന്നു. അവളും മേശയിൽ മുഷ്ടികൊണ്ടിടിക്കുന്നപോലുള്ള, ശക്തമായതും അല്പനിമിഷനേരംമാത്രം നീണ്ടുനിന്നതുമായ ഒരു ശബ്ദം കേട്ടിരുന്നു, അവളുടെ അടഞ്ഞ കൺപോളകളിൽ ജീവനുള്ള സ്വപ്നങ്ങൾ അപ്പോഴും ചിതറിക്കിടന്നിരുന്നു. പാതിയുണർന്നപ്പോൾ അവൾ കണ്ടതൊക്കെ കാമപരമായ സ്വപ്നങ്ങളായിരുന്നെന്നോർത്തു, അതിന്റെ ഒരു പ്രത്യേകത അത് അവ്യക്തമായിരുന്നു എന്നതായിരുന്നു. മയക്കുന്നതോ മറക്കാനാവാത്തതോ അല്ലാത്ത ആ സ്വപ്നങ്ങൾ തീർത്തും സന്തോഷപ്രദമായിരുന്നു. അതിനാലവൾക്ക് നല്ല മൂഡ് തോന്നി.

അതിനുശേഷം അവളൊരു ശബ്ദം കേട്ടു. "ശരിക്കും അതിമനോഹരം!" അത് കേട്ടതിനുശേഷം മാത്രമായിരുന്നു അവൾ കണ്ണ് തുറന്നത്. അപ്പോൾ കതകിനരികിലായി, പുറത്തേക്കിറങ്ങാൻ തയ്യാറായ ഒരു പുരുഷനെ കണ്ടു. അവനെപ്പോലെതന്നെ ആ സ്വരം ഉച്ചസ്ഥായിയിലുള്ളതും ശോഷിച്ചതുമായിരുന്നു. അവൾക്ക് അവനെ അറിയാമായിരുന്നോ? അതേ, ശരിയാണ്. അവൾക്ക് നേരിയ ഒരോർമ്മ വന്നു. ദർദലൊവിന്റെ വീട്ടിൽ നടന്ന കോക്ക്ടെയ്ൽ പാർട്ടി. അവിടെയുണ്ടായിരുന്ന അവളോട് പ്രേമം കാണിച്ച വയസ്സൻ റമോങ്. അയാളിൽനിന്ന് രക്ഷപ്പെടാനായി, അവൾ ഒരജ്ഞാതനോടൊപ്പം പുറത്തുകടന്നത്. അയാൾ വളരെ അനുകമ്പയുള്ളവനായിരുന്നുവെന്ന് അവളോർത്തു. വകതിരിവുള്ളവനും ശ്രദ്ധിക്കപ്പെടാത്തവനുമായതിനാൽ അവരെപ്പോഴാണ് വേർപിരിഞ്ഞതെന്ന് ഓർക്കാൻ കഴിഞ്ഞില്ല. പക്ഷേ, എന്റീശോയേ, അവർ ശരിക്കും പിരിഞ്ഞിരിക്കുമോ?

"ശരിക്കും അതിമനോഹരം, ജൂലി" കതകിനടുത്തെത്തിയതും അവൻ ആവർത്തിച്ചുപറഞ്ഞു. അപ്പോൾ നേരിയ അദ്ഭുതത്തോടെ അവൾ മനസ്സിൽ പറഞ്ഞു. "അപ്പോൾ

അയാൾ തീർച്ചയായും ആ രാത്രി അവളുടെ കിടക്ക പങ്കിട്ടിരിക്കുമെന്ന്."

ദുർനിമിത്തം

ക്വിക്ക്ലിക് അവസാനമായൊന്നുകൂടി യാത്ര പറയാനായി കൈ പൊക്കി. പിന്നെ തെരുവിലിറങ്ങി അവന്റെ പുതിയ കാറിൽ കയറിയിരുന്നു. അതേസമയം പാരീസിന്റെ അങ്ങേത്തലയ്ക്കലുള്ള ഒരു സ്റ്റുഡിയോവിൽ, അലേന്റെ സഹായത്തോടെ കലിബാങ് തറയിൽനിന്നും മുട്ടുകുത്തിയെഴുന്നേല്ക്കുകയായിരുന്നു.

"നിനക്കൊന്നും പറ്റിയില്ലല്ലോ?"

"ഇല്ല, ഒരു തകരാറുമില്ല. അർമഗ്നാക്കൊഴികെ... ഒരു തുള്ളിപോലും ബാക്കിയില്ല. ക്ഷമിക്കെടാ അലേൻ!"

"ക്ഷമ ചോദിക്കേണ്ടത് ഞാനാണ്." അലേൻ പറഞ്ഞു. "നിന്നെ ആ പഴയ കസേരയിൽ കയറാൻ വിട്ടത് എന്റെ തെറ്റാണ്." പിന്നെ വേവലാതിയോടെ ചോദിച്ചു.

"എന്റെ പൊന്നു ചങ്ങാതീ, നീ ഞൊണ്ടിക്കൊണ്ടാണല്ലോ നടക്കുന്നത്!"

"കുറച്ച് വിഷമമുണ്ട്. അത്ര ഗൗരവമുള്ളതൊന്നുമല്ല."

അപ്പോൾ ചാൾസ് പ്രവേശനകവാടത്തിൽനിന്ന് മടങ്ങിവന്ന് സെൽഫോൺ വീണ്ടും ഓഫ് ചെയ്തുവെച്ചു. കൈയിൽ ഉടഞ്ഞ കുപ്പിയും പിടിച്ച് അസാധാരണമായി വളഞ്ഞൊടിഞ്ഞിരിക്കുന്ന കലിബാങിനെ അപ്പോഴവൻ കണ്ടു. "അല്ലാ! ഇതെന്തുപറ്റി?"

"ഞാനാ കുപ്പിയുടച്ചു," കലിബാങ് അവനോട് പറഞ്ഞു. "മുഴുവനും പോയി. ഒരു ദുർനിമിത്തം."

"അതേ, വളരെ മോശമായത്. എനിക്കിനി വൈകിക്കാതെ താർബിലേക്ക് പോകണം." ചാൾസ് പറഞ്ഞു:

"എന്റെ അമ്മ മരിച്ചുകൊണ്ടിരിക്കയാണ്."

സ്റ്റാലിനും കലിനീനും രക്ഷപ്പെടുന്നു

ഒരു മാലാഖ നിലംപതിക്കുന്നത് ശരിക്കുമൊരു സൂചന തന്നെയാണ്. ക്രെംലിൻ സമ്മേളനഹാളിൽ ജനവാതിലിൽ കണ്ണുംനട്ട് ഭയന്നിരിക്കുകയാണെല്ലാവരും. സ്റ്റാലിൻ പുഞ്ചിരിച്ചുകൊണ്ട് തന്നെയാരും ശ്രദ്ധിക്കുന്നില്ലെന്ന് മനസ്സിലാക്കി - ഹാളിന്റെ ഒരു മൂലയിലുള്ള, ആരുടേയും ശ്രദ്ധയിൽപ്പെടാത്ത ഒരു കതകിനടുത്തേക്ക് പതുക്കെ നീങ്ങി. അവൻ കതക് തുറന്ന് ആ സ്റ്റോർ മുറിയിലേക്ക് കടന്നു. അവിടെ വെച്ച് ഔദ്യോഗിക യൂണിഫോമായ കോട്ട് അഴിച്ചുമാറ്റി ഉപയോഗിച്ച ചുക്കിച്ചുളിഞ്ഞ പഴയ പർദ്ദ ധരിച്ച്, നല്ല നീളമുള്ള നായാട്ടിനുപയോഗിക്കുന്ന തോക്കെടുത്തു. പാലാരിപ്പക്ഷിയെ വേട്ടയാടുന്ന നായാട്ടുകാരന്റെ വേഷം ധരിച്ച് മുറിയിലേക്ക് മടങ്ങിവന്ന് വരാന്തയിലേക്ക് തുറക്കുന്ന വലിയ കതകിനടുത്തേക്ക് നീങ്ങി. എല്ലാവരും അപ്പോഴും ജനാലയിലൂടെ പുറത്തേക്ക് തുറിച്ചുനോക്കിക്കൊണ്ടിരുന്നതിനാൽ ആരും അവനെ കണ്ടില്ല. കൈകൾ കതകിന്റെ പിടിയിൽ വെക്കാൻ പോകുമ്പോൾ അവസാനം, തന്റെ സുഹൃത്തുക്കളെ കുസൃതിയോടെ ഒന്നുകൂടി നോക്കാനായി ഒരു നിമിഷം പിൻതിരിഞ്ഞുനോക്കി. ആ സമയം അവന്റെ കണ്ണും ക്രൂഷ്ചേവിന്റെ കണ്ണും ഇടഞ്ഞു. അപ്പോൾ ക്രൂഷ്ചേവ് ഉറക്കെ പറഞ്ഞു:

"അതവനാണ്. അവന്റെ വേഷം കണ്ടില്ലേ? അവനൊരു നായാട്ടുകാരനാണെന്ന് എല്ലാവരേയും വിശ്വസിപ്പിക്കാനുള്ള പണിയാണ്. ഞങ്ങളെയിവിടെ തനിച്ചാക്കി തടിതപ്പുകയാണ്. അവനാണ് തെറ്റുകാരൻ. ഞങ്ങളൊക്കെ ഇരകളാണ്, അവന്റെ ഇരകൾ."

സ്റ്റാലിൻ അതിനിടെ വരാന്തയിലൂടെ നീങ്ങിക്കഴിഞ്ഞിരുന്നു. ചുമരിൽ തട്ടിയും ക്രൂഷ്ചേവ് മേശമേലിടിച്ചും മോശമായി പോളിഷ് ചെയ്ത യുക്രേനിയൻ ബൂട്ടുകൊണ്ട്

തറയിൽ ചവിട്ടിയും അമർഷം പ്രകടിപ്പിച്ചു. അവൻ മറ്റുള്ള വരേയും ആ രോഷപ്രകടനത്തിൽ ചേർത്തു. അവരും തെറി വിളിച്ചുപറഞ്ഞു. മേശയിലും ചുമരിലും ഇടിച്ചും ചവിട്ടിയും കസേര തൂക്കി തറയിലിടിച്ചും ആ മുറി മുഴുവൻ നരകതുല്യമായ കോലാഹലമുണ്ടാക്കി. അത് പഴയകാലത്തെ ലഹള പോലെയായിരുന്നു. ശുചിമുറിയിൽ കടുംനിറത്തിലുള്ള പൂക്കളാൽ ഭംഗികൂട്ടിയ മൂത്രക്കോപ്പകൾക്ക് മുന്നിൽ സമ്മേളനത്തിന്റെ ഇടവേളകളിൽ അവരെല്ലാവരും തടിച്ചുകൂടി.

പഴയതുപോലെ എല്ലാവരും അവിടെ ഉണ്ടായിരുന്നു. കലിനീൻ മാത്രം ആരുമറിയാതെ മാറിനിന്നിരുന്നു. മൂത്രക്കഴപ്പ് തടുത്തു നിർത്താനാവാതെ, മൂത്രമൊഴിക്കാനൊരു വഴി കാണാതെ ക്രെംലിൻ ഹാളിന്റെ വരാന്തയിലൂടെ അങ്ങോട്ടു മിങ്ങോട്ടും ധൃതിയിൽ നടന്നു. ഗത്യന്തരമില്ലാതെ അവസാനം തെരുവിലേക്ക് അവൻ ഇറങ്ങി ഓടി.

ഭാഗം ഏഴ്

നിസ്സാരതയുടെ നിറപ്പകിട്ടുകൾ

മോട്ടോർബൈക്കിലുള്ള സംഭാഷണം

പിറ്റേദിവസം കാലത്ത് പതിനൊന്ന് മണിക്ക്, ല്യുക്സാംബൂർഗ് പൂന്തോട്ടത്തിനരികെയുള്ള മ്യൂസിയത്തിന് മുന്നിൽ അലേനിന് അവന്റെ സുഹൃത്തുക്കളായ റമോങിനും കലി ബാങിനുമൊപ്പം ഒരു കൂടിക്കാഴ്ചയുണ്ടായിരുന്നു. സ്റ്റുഡിയോവിൽനിന്നും പുറത്ത് കടക്കുംമുന്നേ ഫോട്ടോവിലുള്ള അമ്മയോട് തിരിഞ്ഞുനോക്കിക്കൊണ്ട് യാത്ര പറഞ്ഞു. പിന്നെ തെരുവിലേക്കിറങ്ങി, അകലെയല്ലാതെ പാർക്ക് ചെയ്തിരുന്ന മോട്ടോർ ബൈക്കിനടുത്തേക്ക് നടന്നു. ബൈക്ക് ഓണാക്കിയപ്പോൾ പിറകിലൊരു ശരീരം ചാഞ്ഞ പോലുള്ള ഒരു നേരിയ തോന്നലുണ്ടായി. മദലേൻ അവനോടൊപ്പമുള്ളതുപോലെയും അവൾ മൃദുവായവനെ സ്പർശിച്ചപോലെയുമാണ് തോന്നിയത്.

ആ മിഥ്യാബോധം അവനെ വികാരാധീനനാക്കി. അവനവളോടുള്ള പ്രണയം വെളിപ്പെടുത്തിയതുപോലെ തോന്നി. അവൻ വണ്ടി സ്റ്റാർട്ട് ചെയ്തു.

അപ്പോഴവൻ പിന്നിലൊരു ശബ്ദം കേട്ടു.

"എനിക്കല്പംകൂടി നിന്നോട് സംസാരിക്കണം."

അല്ല, അത് മദലേനായിരുന്നില്ല. അവൻ അവന്റെ അമ്മയുടെ സ്വരം തിരിച്ചറിഞ്ഞു. വാഹനത്തിരക്കേറെ ഇല്ലാതിരുന്നതിനാൽ അവന് ആ ശബ്ദം നന്നായി കേൾക്കാൻ കഴിഞ്ഞു.

"എനിക്കും നിനക്കുമിടയിൽ യാതൊരു തെറ്റിദ്ധാരണ യുമില്ലെന്നും നാമിരുവരും അന്യോന്യം മനസ്സിലാക്കുന്നു വെന്നും എനിക്കുറപ്പിക്കണം."

പൊടുന്നനെ അവന് ബ്രേക്കിടേണ്ടിവന്നു.

റോഡ് മുറിച്ചുകടക്കുന്ന ഒരു കാൽനടക്കാരൻ വീഴാൻ പോയതും അവൻ അലേന് നേരെ തിരിഞ്ഞ് ഭീഷണിപ്പെടു ത്തുന്ന നോട്ടം നോക്കി. "ഞാനൊന്നു തുറന്നു പറയട്ടെ. ജനിക്കണമെന്നാഗ്രഹമില്ലാത്തൊരുവനെ ഈ ഭൂമിയിലേ ക്കയ്ക്കുന്നത് ക്രൂരതയാണെന്നാണെന്റെ പക്ഷം."

"എനിക്കറിയാം, അലേൻ" പറഞ്ഞു.

"നീയൊന്നു ചുറ്റിലും നോക്കിയാട്ടെ. നിന്നെ നോക്കു ന്നതിലൊരാൾപോലും അയാളുടെ ആഗ്രഹപ്രകാരമല്ല ഇവിടെയുള്ളത്. ഞാനിപ്പറഞ്ഞത് തീർച്ചയായും എല്ലാ സത്യങ്ങളേക്കാളും ഏറ്റവും സാധാരണമായ ഒരു സത്യമാണ്. അത്രയേറെ ലളിതവും അടിസ്ഥാനപരവുമായ ഇക്കാണും കാഴ്ചകൾ നമ്മൾ കാണാതെ പോവുകയാണ്."

ഒരു ട്രക്കിനും കാറിനുമിടയിൽ കുടുങ്ങി കടന്നുപോവാ നാവാതെ കുറെനേരം അവന് ഒരേ പാതയിൽത്തന്നെ നിന്ന് തിരിയേണ്ടിവന്നു.

"എല്ലാവരും മനുഷ്യാവകാശത്തെക്കുറിച്ച് പുലമ്പി ക്കൊണ്ടിരിക്കുന്നു. എന്തൊരു തമാശ! നിന്റെ അസ്തിത്വം ഒരവകാശത്തിലുമല്ല സ്ഥിതി ചെയ്യുന്നത്. നിന്റെ ഇഷ്ട പ്രകാരം നിന്റെ ജീവിതമവസാനിപ്പിക്കാൻ പോലും മനുഷ്യാ വകാശ സംരക്ഷകർ അനുവദിക്കുകയില്ല."

നാൽക്കവലയിൽ ചുകപ്പ് വെളിച്ചം തെളിഞ്ഞു. ഇരുവശ ത്തുനിന്നുമുള്ള കാൽനടക്കാർ മുന്നിലുള്ള നടപ്പാത നോക്കി നടന്നുതുടങ്ങി.

അപ്പോൾ അമ്മ തുടർന്നു. "അവരെയൊക്കെ നോക്കൂ! നന്നായി നോക്കൂ! നീ നോക്കുന്നവരിൽ പകുതിപേരും വിരൂ പരാണ്. വിരൂപരായിരിക്കുക എന്നതും മനുഷ്യാവകാശ ത്തിന്റെ ഭാഗമാണോ? ജീവിതം മുഴുവനും വൈരൂപ്യവും

പേറി നടക്കുന്നത് എങ്ങനെയുണ്ടാകുമെന്ന് നിനക്കറിയാമോ? അല്പം പോലും വിശ്രമമില്ലാതെ? നിന്റെ ലിംഗം പോലും നീ തെരഞ്ഞെടുത്തതല്ല. നിന്റെ കണ്ണുകളുടെ നിറവും. നീ പിറന്ന നൂറ്റാണ്ടും നിന്റെ ജന്മനാടും നിന്റെ അമ്മയെപ്പോലും. ഇതൊക്കെ അപ്രസക്തമാണ്. ഒരു മനുഷ്യനുണ്ടാകാവുന്ന അവകാശങ്ങൾ നിശ്ചയിക്കുന്നത് അർത്ഥമില്ലാത്ത കാര്യങ്ങളാണ്. അതിനെതിരെ പൊരുതാൻ യാതൊരു കാരണങ്ങളുമില്ല, അതുപോലെ തന്നെ മഹത്തായ പ്രഖ്യാപനങ്ങളെഴുതാനും."

അവൻ വീണ്ടും ബൈക്കോടിച്ചു തുടങ്ങിയപ്പോൾ അമ്മയുടെ സ്വരം കൂടുതൽ ആർദ്രമായി.

"നിനക്ക് യാതൊരു മാറ്റവുമില്ല. നിന്റെ സാന്നിധ്യംതന്നെ എന്റെ ദൗർബല്യമാണ്. അതെന്റെ തെറ്റായിരുന്നു. നീയെന്നോട് പൊറുക്കണം."

അലേൻ നിശ്ശബ്ദനായിരുന്നു. പിന്നീട് വളരെ ശാന്തമായ സ്വരത്തിൽ പറഞ്ഞു.

"നിങ്ങൾക്കെന്തിനാണീ കുറ്റബോധം? എന്റെ പിറവിയെ തടുക്കാനുള്ള ശക്തിയുണ്ടാകാതിരുന്നതിനാലാണോ? എന്തോ ഭാഗ്യവശാൽ അത്രയേറെ മോശമായിപ്പോവാതിരുന്ന എന്റെ ജീവിതവുമായി, പൊരുത്തപ്പെടാൻ കഴിയാതിരുന്നതിലോ?"

ഒരു നിമിഷനേരത്തെ നിശ്ശബ്ദതയ്ക്കുശേഷമവൾ പറഞ്ഞു. "ചിലപ്പോൾ നീ പറയുന്നതായിരിക്കും ശരി. എങ്കിൽ ഞാനിരട്ടി തെറ്റുകാരിയാവും."

"മാപ്പ് ചോദിക്കേണ്ടത് ഞാനാണ്." അലേൻ പറഞ്ഞു. "ഞാൻ നിങ്ങളുടെ ജീവിതത്തിൽ എരുമച്ചാണകംപോലെ കടന്നുപോന്നതാണ്. ഞാൻ നിങ്ങളെ അമേരിക്കവരെ തുരത്തിയോടിച്ചു."

"ഈ ക്ഷമാപണങ്ങളൊക്കെയങ്ങ് ഉപേക്ഷിക്കൂ! എന്റെ കൊച്ചു പമ്പരവിഡ്ഢീ! എന്റെ ജീവിതത്തെപ്പറ്റി നിനക്കെന്തറിയാം? നിന്നെയെനിക്ക് വിഡ്ഢിയെന്ന് വിളിച്ചുകൂടേ? എന്നോട് ദേഷ്യംവേണ്ട കേട്ടോ, എന്റെ അഭിപ്രായത്തിൽ

നീയൊരു വിഡ്ഢിയാണ്! ഈ പൊട്ടത്തരത്തിന്റെ മൂല കാരണമെന്താണെന്ന് നിനക്കറിയാമോ? നിന്റെ നന്മ! നിന്റെ ഒടുക്കത്തെ നന്മ!"

അവൻ ല്യൂക്സാംബുർഗ് പൂന്തോട്ടത്തിലെത്തിച്ചേർന്നിരുന്നു. വണ്ടി പാർക്ക് ചെയ്തു.

"പ്രതിഷേധിക്കരുത്, ഇനിയെന്നെ ക്ഷമാപണത്തിനനുവദിക്കൂ" അവൻ പറഞ്ഞു.

"ഞാനൊരു ക്ഷമാപണക്കാരനെന്ന നിലയ്ക്ക് അന്യോന്യം ക്ഷമാപണം ചെയ്യുമ്പോൾ, നിങ്ങളും ഞാനുമന്യോന്യം സന്തുഷ്ടരാണ്. അങ്ങോട്ടുമിങ്ങോട്ടും ക്ഷമാപണം ചെയ്യുന്നതിലൊരു രസമില്ലേ?"

അതും പറഞ്ഞവൻ മ്യൂസിയത്തിനു നേരെ നടന്നു.

"ഞാൻ പറയുന്നത് നിങ്ങൾക്ക് വിശ്വസിക്കാം. നിങ്ങളിപ്പോൾ പറഞ്ഞതൊക്കെ ഞാൻ ശരിവെക്കുന്നു. എല്ലാം അന്യോന്യം ശരിവെക്കുന്നതിലൊരു രസമില്ലേ? നമ്മുടെ ഈ പങ്കാളിത്തത്തിനു ഭംഗിയില്ലേ?"

"അലേൻ! അലേൻ!" ഒരു പുരുഷശബ്ദം അവരുടെ സംഭാഷണം തടസ്സപ്പെടുത്തി. "എന്നെയൊരിക്കലും കണ്ടിട്ടില്ലാത്തതുപോലെയാണല്ലോ നീയെന്നെ നോക്കുന്നത്!"

പൊക്കിൾയുഗത്തെപറ്റി അലേൻ റമോണ്ടിനോട് സംസാരിക്കുന്നു

"അതെ, ഇത് റമോണ്ടാണ്. ഇന്നുകാലത്ത് കലിബാങിന്റെ ഭാര്യ ഫോൺ ചെയ്തിരുന്നു."

അവൻ അലേനോട് പറഞ്ഞു. "അവൾ ഇന്നലത്തെ രാത്രിയെപ്പറ്റി പറഞ്ഞു. എനിക്കെല്ലാമറിയാം. ചാൾസ് താർബിലേക്ക് പോയിരിക്കുകയാണ്. അവന്റെ അമ്മ, മരണക്കിടക്കയിലാണ്."

"എനിക്കറിയാം," അലേൻ പറഞ്ഞു.

"പിന്നെ നമ്മുടെ കലിബാങ്? അവനെന്റെ വീട്ടിലുണ്ടായിരുന്നപ്പോൾ കസേരയിൽനിന്നൊന്ന് വീണു"

അവൾ എന്നോട് പറഞ്ഞു. പിന്നെ അതത്ര നിസ്സാര മല്ല. അവന് നടക്കാൻ ബുദ്ധിമുട്ടുണ്ടത്രെ. വേദനയുമുണ്ട്. ഇപ്പോഴവൻ ഉറക്കത്തിലാണ്. അവന് നമ്മോടൊപ്പം ഷഗൽഷോ കാണണമെന്നുണ്ട്. പക്ഷേ, അവനത് കാണു കയുമില്ല, ശരിക്കു പറഞ്ഞാൽ ഞാനും. ഒരു ക്യൂവിൽ കാത്തു നില്ക്കുന്ന കാര്യമെനിക്ക് അസഹനീയമാണ്. നോക്കൂ."

മ്യൂസിയം ഗേറ്റിലേക്ക് പതുക്കെനീങ്ങുന്ന ഒരു ജന ക്കൂട്ടത്തെ അവൻ ആംഗ്യത്തിൽ കാണിച്ചു.

"ഇതൊരു ചെറിയ ക്യൂവാണല്ലോ." അലേൻ ആൾ ക്കൂട്ടത്തെ നോക്കി പറഞ്ഞു.

"അത്ര നീണ്ടതൊന്നുമല്ലെങ്കിലും വെറുപ്പിക്കുന്നതാണ്."

"ഇതെത്രാമത്തെ തവണയാണ് നീയിങ്ങനെ വന്നും പോയുമിരിക്കുന്നത്?"

"മൂന്നാം തവണ. ശരിക്കും ഞാനിവിടെ വരുന്നത് ഷഗാൾഷോ കാണാനൊന്നുമല്ല. ഓരോരാഴ്ച കൂടുന്തോറും ആ ക്യൂ നീണ്ടുനീണ്ടുപോകുന്നതു കാണാനാണ്. അങ്ങനെ നമ്മുടെ ഗ്രഹത്തിന്റെ ജനസംഖ്യ വർദ്ധിക്കുന്നത് കാണാൻ. അവരെയൊന്ന് നോക്കിയാട്ടേ. പെട്ടെന്ന് അവരൊക്കെ ആ ഷോ ഇഷ്ടപ്പെട്ടു തുടങ്ങിയെന്നാണോ നീ കരുതുന്നത്? അവരെല്ലായിടങ്ങളിലും പോകും, എന്തും ചെയ്യും, സമയം കൊല്ലാൻവേണ്ടി മാത്രം. എങ്ങനെ നേരം പോക്കണമെന്ന വർക്കറിയില്ല. അവർക്കൊന്നിനെപ്പറ്റിയും യാതൊരു വിവര വുമില്ല. അതിനാലവരിങ്ങനെ സ്വയം നയിക്കപ്പെടാനാഗ്രഹി ക്കുന്നു. വളരെ നന്നായി നയിക്കപ്പെടുകയും ചെയ്യുന്നു. എന്നോട് ക്ഷമിക്കൂ. എന്റെ മൂഡ് ഇന്ന് ശരിയല്ല. ഞാനി ന്നലെ വല്ലാതെ കുടിച്ചിരുന്നു. ശരിക്കുമൊരുപാട്."

"അപ്പോപ്പിന്നെ നീയെന്താണ് ചെയ്യാനാഗ്രഹിക്കു ന്നത്?"

"നമുക്ക് പാർക്കിൽ കറങ്ങാം. നല്ല കാലാവസ്ഥ. ഞായറാഴ്ച കുറച്ചധികമാൾക്കാരുണ്ടാകും. അത് സാരമില്ല. ഇതാ നോക്കൂ, നല്ല തിളങ്ങുന്ന സൂര്യൻ."

അലേൻ വേണ്ടെന്നു പറഞ്ഞില്ല. പാർക്കിലെ അന്ത രീക്ഷം ശാന്തമായിരുന്നു. അവിടെ ഓടുന്നവർ, വെറുതെ വഴി നടക്കുന്നവർ, പുൽമേടിലൂടെ വിചിത്രമായ വട്ടത്തിൽ മെല്ലെമെല്ലെ നീങ്ങുന്ന ജനക്കൂട്ടങ്ങൾ, ഐസ്ക്രീം കഴിച്ചു കൊണ്ടിരിക്കുന്നവർ, ഇറക്കി കെട്ടിയ സ്ഥലത്ത് ടെന്നീസ് കളിക്കുന്നവർ... ഒക്കെയുണ്ടായിരുന്നു.

"എനിക്കിവിടെ നല്ല സുഖം തോന്നുന്നു. ശരിയാണ്, എങ്ങും വിരാജിക്കുന്ന ഐകരൂപ്യം പ്രത്യേകിച്ചും ഈ പൂന്തോട്ടത്തിൽ കാണുന്ന എല്ലാറ്റിലും നാനാവിധത്തിൽ കാണാം. അങ്ങനെ നിനക്ക് വ്യക്തിത്വത്തിന്റെ മിഥ്യാ ബോധം നിലനിർത്താം..."

"വ്യക്തിത്വത്തിന്റെ മിഥ്യാബോധം. അനന്യമായത്. അല്പനേരം മുന്നേ ഞാനൊരു വ്യത്യസ്തമായ സംഭാഷണ ത്തിലായിരുന്നു."

"സംഭാഷണമോ? ആരുമായി?"

"ആ... പിന്നെയാ പൊക്കിൾ..."

"എന്ത് പൊക്കിൾ?"

"ഞാനതിനെപ്പറ്റിയിനിയും നിന്നോട് പറഞ്ഞിട്ടില്ലേ? കുറച്ചുകാലമായി ഞാൻ പൊക്കിളെപ്പറ്റി ഒരുപാട് ചിന്തി ക്കുന്നു..."

അജ്ഞാതനായ ഒരു സംവിധായകൻ ഏർപ്പാടാക്കിയതു പോലെ, അതിമനോഹരമായി നഗ്നമാക്കപ്പെട്ട പൊക്കിളു കളുള്ള രണ്ട് യുവസുന്ദരികൾ അവർക്കിരുവർക്കുമരികിലൂടെ നടന്നുപോയി.

"ഇതാണ് കാര്യമല്ലേ" എന്നുമാത്രം പറയാനേ റമോങിന് കഴിഞ്ഞുള്ളൂ.

അലേൻ തുടർന്നു: "പൊക്കിൾച്ചുഴിയും കാണിച്ച് നടന്നു പോവുകയെന്നത് ഇന്നത്തെയൊരു ഫാഷനാണ്. പത്ത് വർഷത്തോളമായി തുടങ്ങിയിട്ട്."

"എല്ലാ ഫാഷനുകളുംപോലെ ഇതും മാറും."

"ഈ പൊക്കിൾ കാണിച്ചു നടക്കുന്ന ഫാഷൻ പുതു നൂറ്റാണ്ടോടൊപ്പമാണാരംഭിച്ചതെന്ന കാര്യം മറക്കണ്ട! പ്രതീകാത്മകമായ തിയ്യതി മുതൽ കാലാകാലങ്ങളായി സുപ്രധാനമായ അവയവം നമ്മിൽനിന്ന് ഒളിച്ചുവെച്ച ആ മറ ആരോ നീക്കിയതുപോലെ... ആ വ്യക്തിത്വമൊരു മായയാണ്."

"അതേ ശരിയാണ്, അതിൽ യാതൊരു സംശയവുമില്ല. പക്ഷേ, അതിന് പൊക്കിളുമായെന്താണ് ബന്ധം?"

"സ്ത്രീയുടെ രതിജന്യമായ ശരീരത്തിൽ ചില സ്വർണ്ണ ഖനികളുണ്ട്. മൂന്നെണ്ണമുണ്ടെന്നാണ് ഞാനെപ്പോഴും കരുതിയിരുന്നത്. ചന്തി, തുട, മുല..." റമോങ് ചിന്തിച്ചുകൊണ്ട് പറഞ്ഞു.

"എന്തുകൊണ്ടായിക്കൂടാ..." അവൻ പറഞ്ഞു.

"പിന്നീടൊരുനാളെനിക്ക് തോന്നി, നാലാമതായൊന്ന് കൂട്ടിച്ചേർക്കണമെന്ന്. പൊക്കിളും കൂടി."

ഒരു നിമിഷമൊന്നാലോചിച്ചശേഷം റമോങ് സമ്മതിച്ചു പറഞ്ഞു.

"ശരിയാണ്, ചിലപ്പോൾ ആയിരിക്കാം." അലേൻ തുടർന്നു:

"ചന്തിയും മുലയും മാറും ഓരോ പെണ്ണിലും ഓരോ രൂപത്തിലാണ്. ഈ മൂന്ന് പൊന്നിടങ്ങളും വികാരോദ്ദീപകങ്ങൾ മാത്രമല്ല, അവ സ്ത്രീയുടെ വ്യക്തിത്വം കൂടി സൂചിപ്പിക്കുന്നതാണ്. നിങ്ങൾ പ്രേമിക്കുന്ന പെണ്ണിന്റെ ചന്തി നിങ്ങൾക്കൊരിക്കലും തെറ്റിപ്പോവില്ല. ഒരു നൂറ് ചന്തികളിൽനിന്നും നിങ്ങളത് തിരിച്ചറിയും. പക്ഷേ, പൊക്കിൾ മാത്രംവെച്ച് നിങ്ങളുടെ പ്രേമഭാജനത്തെ തിരിച്ചറിയാൻ നിങ്ങൾക്കാവില്ല. എല്ലാ പൊക്കിളുകളുമൊരുപോലെയാണ്."

ഏകദേശം ഇരുപതോളമുള്ള കുട്ടിക്കൂട്ടം ചിരിച്ചും കൂക്കി വിളിച്ചും അവരെക്കടന്നോടിപ്പോയി.

അലേൻ തുടർന്നു: "ആ നാല് പൊന്നിടങ്ങളും ലൈംഗികപരമായ ഒരു സന്ദേശം പ്രതിനിധാനം ചെയ്യുന്നു.

കാമപരമായ എന്ത് സന്ദേശമാണ് പൊക്കിളിന് പറയാനുണ്ടാവുക എന്നാണെന്റെ അദ്ഭുതം."

ഒന്നു നിർത്തിയശേഷം അവൻ തുടർന്നു.

"ഒരു കാര്യം തീർച്ചയാണ്, തുടയിൽനിന്ന് വ്യത്യസ്തമായി, ചന്തിയും മുലയും പൊക്കിളും അത് വഹിക്കുന്ന സ്ത്രീയെപ്പറ്റിയൊന്നുംതന്നെ പറയുന്നില്ല. ആ സ്ത്രീയല്ലാത്ത മറ്റൊന്നിനെ പറ്റി മാത്രമാണവ പ്രതിപാദിക്കുന്നത്."

"അതെന്താണ് പിന്നെ?"

"ഗർഭസ്ഥശിശു?"

"അതെ, ശരിയാണ്. ഗർഭസ്ഥശിശുതന്നെ." റമോങ് സമ്മതിച്ചു.

അലേൻ സംസാരം തുടർന്നു: "അക്കാലത്ത് പ്രേമം, ഒരു വ്യക്തിയുടെ അനുകരിക്കാനാവാത്ത ഒരാഘോഷമായിരുന്നു. അനുപമമായ ഒന്നിന്റെ സ്വർഗ്ഗീയ സൗന്ദര്യം, യാതൊരു പകർപ്പും യാതൊരാവർത്തനവും താങ്ങാനാവാത്ത ഒന്ന്. പക്ഷേ, പൊക്കിൾ, പകർപ്പിനെതിരായുള്ള പ്രതിഷേധം മാത്രമല്ല, അത് പകർപ്പിനായുള്ള ഒരു ഉൾവിളി തന്നെയാണ്. നമ്മുടെ കാലഘട്ടത്തിൽ പൊക്കിളിന്റെ അടയാളത്തിലാണ് നമ്മൾ ജീവിക്കാൻ പോകുന്നത്. ഈ അടയാളത്തിന് കീഴിൽ നാം ഓരോരുത്തരും ലൈംഗികതയുടെ യോദ്ധാക്കളാണ്. നമ്മുടെ നോട്ടങ്ങളെല്ലാം കേന്ദ്രീകരിച്ചിരിക്കുന്നത് പ്രേമിക്കുന്ന പെണ്ണിലല്ല, മറിച്ച് അത് വയറിന് നടുവിലുള്ള കൊച്ചുദ്വാരത്തിലാണ് പ്രതിനിധീകരിക്കുന്നത്. എല്ലാവിധ ലൈംഗികാഭിലാഷങ്ങളുടെയും ഏകസാരവും ഏകലക്ഷ്യവും ഏകഭാവിയുമാണത്."

പൊടുന്നനെ, ഒരു അപ്രതീക്ഷിതമായ കൂടിക്കാഴ്ച അവരുടെ സംഭാഷണത്തെ തടസ്സപ്പെടുത്തി. അവർക്കെതിരെ നിന്ന് അതേ നടപ്പാതയിലൂടെ ദർദലൊ നടന്നുവരുന്നുണ്ടായിരുന്നു.

ദർദലൊവിന്റെ വരവ്

അവനും നന്നായി കുടിച്ചിരുന്നു, ഉറക്കമിളച്ചിരുന്നു. ഒരുന്മേഷത്തിനായി ല്യുക്സാംബുർഗ് പൂന്തോട്ടത്തിലൂടെ

നടക്കാനിറങ്ങിയതായിരുന്നു അവൻ. റമോങ്ങിനെക്കണ്ട പ്പോഴവനൊരു ചമ്മലുണ്ടായി. റമോങ് അവനെ കോക്ക് ടെയ്ൽ പാർട്ടിക്ക് ക്ഷണിച്ചത് പേരിനുവേണ്ടി മാത്രമായി രുന്നു. റമോങ് അവനുവേണ്ടി രണ്ട് സെർവർമാരെ കണ്ടെ ത്തിയതിനാൽ മാത്രം. ജോലിയിൽനിന്ന് വിരമിച്ച ഈ മനുഷ്യൻ അവന് യാതൊരു പ്രാധാന്യവുമുള്ള ഒരു വ്യക്തി യുമല്ലാതിരുന്നതിനാൽ അവനെ കോക്ക്ടെയ്ൽ പാർട്ടിയിൽ സ്വീകരിക്കാനൊരു നിമിഷം കണ്ടെത്താനോ അവനോട് ഒന്ന് സ്വാഗതമോതാനോ ദർദലൊ ശ്രമിച്ചിരുന്നില്ല. കുറ്റ ബോധം തോന്നിയതിനാൽ, അവൻ കൈകൾ നീട്ടിക്കൊണ്ട് റമോങ്ങിനെ അഭിസംബോധന ചെയ്തു.

"റമോങ്! എന്റെ പ്രിയ സുഹൃത്തേ!"

അവന്റെ പഴയ സഹപ്രവർത്തകനോടൊരു വാക്കു പോലും മിണ്ടാതെ, യാത്ര പറയാതെ ആ പാർട്ടിയിൽ നിന്നും തടിതപ്പിയ കാര്യം റമോങ് ഓർത്തു. പക്ഷേ, ദർദ ലൊവിന്റെ ഊഷ്മളമായ ഈ ഉപചാരം പറച്ചിൽ അവന്റെ മനോവിഷമത്തിന് അയവുവരുത്തി. അവനും കൈകൾ വിരിച്ചുകൊണ്ട് "ഹായ്, പ്രിയ സുഹൃത്തേ!" എന്നുച്ചത്തിൽ വിളിച്ചുകൊണ്ട് അലേനെ പരിചയപ്പെടുത്തി അവനോ ടൊപ്പം കൂടാനവരെ ഹൃദയപൂർവ്വം ക്ഷണിച്ചു.

അവന്റെ മാരകരോഗമെന്ന വിചിത്രമായ കളവിനുള്ള പ്രചോദനം പൊടുന്നനെ അവനിലുദിച്ചത് ഇതേ പാർക്കിൽ വെച്ചായിരുന്നു എന്ന കാര്യമോർത്തു. ഇനിയിപ്പോഴെന്തു ചെയ്യാനാണ്? അവന് മാറ്റിപ്പറയാൻ കഴിഞ്ഞില്ല; ഇനി മാരക രോഗത്തിനടിമയായിത്തുടരാനേ അവന് വഴിയുള്ളൂ. ശരിക്കു പറഞ്ഞാൽ ഇതത്ര വലിയൊരു കാര്യമായി തോന്നിയിരു ന്നില്ല. അതിനായി അവന്റെ നല്ല മൂഡ് നശിപ്പിക്കേണ്ട ആവശ്യകത ഒട്ടുമില്ലെന്നും നേരമ്പോക്കുകളും കളിതമാശ കളും തീർത്തും രോഗിയായ ഒരു മനുഷ്യനെ കൂടുതൽ ആകർഷണീയനും ആദരണീയനുമാക്കിത്തീർക്കുമെന്നും അവൻ മനസ്സിലാക്കി കഴിഞ്ഞിരുന്നു.

അതിനാലാണ് വളരെ ലാളിത്യത്തോടെയും രസികത്വ ത്തോടെയും റമോങ്ങിനും സുഹൃത്തിനും മുന്നിലയാൾ ആ

പൂന്തോട്ടത്തെപ്പറ്റി, സ്വന്തം നാട്ടിൻപുറത്തിൽ അവന് പ്രിയ പ്പെട്ട ഒരു സ്ഥലത്തെ വർണ്ണിക്കുന്നതുപോലെ സംസാരി ച്ചത്. 'നാട്ടിൻപുറ'മെന്ന പദം ആവർത്തിച്ചുപറഞ്ഞുകൊണ്ട്, അവിടെയുള്ള കവികളുടെ, ചിത്രകാരന്മാരുടെ, മന്ത്രിമാരുടെ, രാജാക്കന്മാരുടെ ശിലകളെക്കുറിച്ചവനവരോട് മതി തീരാതെ സംസാരിച്ചു.

"നോക്കൂ, ഫ്രാൻസിൽ പഴയ പ്രതാപകാലമെന്നെന്നും നിലനില്ക്കുന്നു"

പിന്നെ ലാഘവമുള്ള കളിതമാശയോടുകൂടിയ നിന്ദാ സ്തുതിയോടെ ഫ്രാൻസിലെ മഹതികളുടെ, രാജ്ഞിമാരുടെ, രാജകുമാരിമാരുടെ, വെള്ളശിലകൾ ചൂണ്ടിക്കാണിച്ചു. ഓരോ ശിലയും ഒരു നീണ്ട അസ്ഥിവാരത്തിൽ, പാദം മുതൽ ശിരസ്സുവരെ എല്ലാ പ്രതാപത്തോടും പെരുമയോടും കൂടി, ഓരോ ശിലയ്ക്കുമിടയിൽ പതിനഞ്ച് അടി ദൂരം പാലിച്ചു കൊണ്ട്, ഇറക്കത്തിലുള്ള ഒരു മനോഹരമായ കുളത്തിന ഭിമുഖമായി. എല്ലാം ചേർന്ന് ഒരു വളയംപോലെ.

അങ്ങകലെയായി, പല പല ദിശകളിൽനിന്ന് കൂട്ടംകൂട്ട മായി കുട്ടികൾ വന്ന് ഒന്നുചേരുന്നു.

"ഹോ, കുഞ്ഞുങ്ങൾ, നിങ്ങളവരുടെ ചിരി കേട്ടോ?" ദർദലൊ ചിരിച്ചുകൊണ്ട് ചോദിച്ചു.

"ഇന്നൊരുത്സവദിനമാണ്, എന്തെന്ന് ഞാൻ മറന്നു. കുഞ്ഞുങ്ങളുടെ ദിനമോ" എന്തോ പെട്ടെന്ന് അവന്റെ ശ്രദ്ധ മാറി. "അവിടെ എന്താണ് നടക്കുന്നത്?"

നായാട്ടുകാരനും
മൂത്രമൊഴിക്കുന്ന ഒരാളും വരുന്നു

ലവന്യൂദ്‌ലൊബ്‌സർവാത്വാറിൽ നിന്നുമാരംഭിച്ച് പൂന്തോട്ടം വരെയെത്തുന്ന വീതിയേറിയ നടപ്പാതയിലൂടെ അമ്പത് വയസ്സ് തോന്നിക്കുന്ന, മീശയുള്ള, പഴയ പർക്ക ധരിച്ച, തോളിൽ നായാട്ടിനുപയോഗിക്കുന്ന തരത്തിലുള്ള നീള മുള്ള ഒരു തോക്കും തൂക്കി ഒരു മനുഷ്യൻ ഫ്രാൻസിലെ 'മാർബിൾസ്ത്രീ'കളുടെ വൃത്തത്തിനു നേരെ ഓടുകയാണ്.

അയാൾ കൈവീശുകയും എന്തൊക്കെയോ ഉറക്കെ പറയു കയും ചെയ്യുന്നുണ്ട്. ചുറ്റിലുമുള്ള മനുഷ്യരൊക്കെ നടത്തം നിർത്തി അയാളെ അദ്ഭുതത്തോടും അനുകമ്പയോടും നോക്കിക്കൊണ്ട് കടന്നുപോകുന്നു. അതേ വളരെ അനു കമ്പയോടെ. കാരണം, ആ മീശവെച്ച മുഖത്തിനെന്തോ ഒരു ശാന്തതയുണ്ട്. അത്, കടന്നുപോയ ഏതോ കാലത്തുനിന്നു വരുന്ന ഒരു നാടൻപാട്ടിന്റെ ഈണംപോലുള്ള ഇളംകാറ്റാൽ പൂന്തോട്ടത്തിലെ അന്തരീക്ഷം ഉന്മേഷഭരിതമാക്കിയിരുന്നു. അയാൾക്ക് ഒരോട്ടക്കാരന്റെ, ഒരു സ്ത്രീലമ്പടന്റെ, പ്രായവും പക്വതയും വന്ന ഏവർക്കും പ്രിയം തോന്നുന്ന ഒരു സാഹ സികന്റെ രൂപമായിരുന്നു. അവന്റെ ഗ്രാമീണ ലാളിത്യത്തിൽ, നന്മയിൽ, നാട്ടിൻപുറപ്രകൃതത്തിൽ ആകൃഷ്ടരായി ആ ജനക്കൂട്ടം പുഞ്ചിരിയാൽ അവനെ അഭിസംബോധന ചെയ്തു. അതിനവൻ സഹർഷം അവരെ പാട്ടിലാക്കുംവിധ ത്തിൽ മറുപടിയും കൊടുത്തു.

പിന്നെ ഓടിക്കൊണ്ടുതന്നെ അതിലൊരു ശിലയ്ക്കു നേരെ മുന്നിലെത്തി, തല ഉയർത്തി. എല്ലാവരും അങ്ങോട്ടു നോക്കിയപ്പോൾ അവരവിടെ മറ്റൊരു മനുഷ്യനെയാണ് കണ്ടത്. വളരെ പ്രായംചെന്ന്, സങ്കടം തോന്നുംവിധത്തിൽ മെലിഞ്ഞ് വിയർത്ത്, കൂർത്ത അരത്താടിയുമായി അവിടെ ക്കൂടിനിന്ന കണ്ണുകളുടെ തുറിച്ചനോട്ടത്തിൽനിന്ന് രക്ഷ പ്പെടാനായി മഹതിയുടെ വെള്ള മാർബിൾശില സ്ഥാപിച്ച അസ്ഥിവാരത്തിനു പിന്നിലൊളിക്കുന്ന ഒരു മനുഷ്യനെ.

"നോക്കൂ, നോക്കൂ!" തോളിൽ തൂക്കിയ തന്റെ തോക്കിന്റെ സ്ഥാനം ശരിയാക്കിക്കൊണ്ട് അയാൾ ശില യുടെ ഭാഗത്തേക്ക് നിറയൊഴിച്ചു. അത്, ഫ്രാൻസിന്റെ രാജ്ഞിയായിരുന്ന മരിമെദിസിയായിരുന്നു. അവരുടെ വിരൂപമായ തടിച്ചുരുണ്ട ധാർഷ്ട്യമുള്ള മുഖമേറെ പ്രസിദ്ധ മാണ്. ആ വെടിയുണ്ട രാജ്ഞിയുടെ മൂക്കറുത്തെടുത്തു. അവർ ഉള്ളതിലേറെ വൃദ്ധയായും വിരൂപയായും പൊണ്ണ ത്തടിയുള്ളതായും അതിഗർവ്വോടുകൂടിയതായും തോന്നി. ആ ശിലയ്ക്ക് പിറകിലൊളിച്ച വയസ്സായ മനുഷ്യൻ ദൂരേ ക്കോടാൻ തുടങ്ങി. പേടിച്ചരണ്ട്, അന്യരുടെ നോട്ടങ്ങളിൽ നിന്ന് രക്ഷപ്പെടണമെന്ന ഒരേയൊരു ലക്ഷ്യത്തോടെ

അയാൾ അവസാനം മറ്റൊരു പ്രഭ്വിയുടെ ശിലയ്ക്ക് പിന്നിലൊളിച്ചു. (ഏറെ സുന്ദരിയായ)

അവിടെയുണ്ടായിരുന്നവരൊക്കെ അപ്രതീക്ഷിതമായ വെടിശബ്ദവും മരിമെദെസിയുടെ മൂക്ക് നഷ്ടപ്പെട്ട മുഖവും കണ്ട് എങ്ങനെ പ്രതികരിക്കണമെന്നറിയാതെ ഇടതും വലതും നോക്കി. അവർക്കെന്തെങ്കിലും ഒരു തുമ്പ് കിട്ടുമെന്ന ആഗ്രഹത്തിൽ. ആ നായാട്ടുകാരന്റെ സ്വഭാവത്തെപ്പറ്റി എന്ത് മനസ്സിലാക്കാനാണ്? അവനെ കുറ്റകൃത്യം നടത്തിയവനായിക്കരുതണോ അതോ തമാശക്കാരനായി കണക്കാക്കണോ? അവനെ വിസിലടിച്ച് ഹരം പിടിപ്പിക്കണോ, അതോ കയ്യടിച്ച് പ്രോത്സാഹിപ്പിക്കണോ?

അവരുടെയൊക്കെ പ്രയാസം കണ്ടപ്പോൾ നായാട്ടുകാരൻ വിളിച്ചുപറഞ്ഞു:

“ഈ പ്രശസ്തമായ ഫ്രഞ്ച് പാർക്കിൽ മൂത്രമൊഴിക്കുന്നത് നിരോധിച്ചിരിക്കുന്നു”

അതുംപറഞ്ഞ് ആ ചെറിയ സദസ്സിനെ നോക്കി അയാൾ പൊട്ടിച്ചിരിച്ചു. അവന്റെ ചിരി അത്രയേറെ സന്തോഷപ്രദവും സ്വതന്ത്രവും നിഷ്കളങ്കവും നാടനും സാഹോദര്യമുള്ളതും പടർന്നുപിടിക്കുന്നതുമായിരുന്നതിനാൽ ചുറ്റുമുള്ള എല്ലാവരും സമാധാനം കിട്ടിയതുപോലെ ലാഘവത്തോടെ ചിരിച്ചുതുടങ്ങി.

കൂർത്ത താടിയുള്ള വയസ്സായ മനുഷ്യൻ ബ്രിട്ടീഷ് രാജ്ഞിയുടെ ശിലയ്ക്ക് (വലാംതീൻ ദ് മിലാങിന്റെ) പിന്നിൽനിന്നും സിപ്പിട്ടുകൊണ്ട് മുന്നോട്ടുവന്നു. അയാളുടെ മുഖത്ത് ആശ്വാസം കിട്ടിയതിന്റെ തൃപ്തി തെളിഞ്ഞുകാണാമായിരുന്നു.

റമോണിന്റെ മുഖത്ത് സന്തോഷം നിറഞ്ഞു.

“ആ നായാട്ടുകാരൻ നിന്നെയെന്തോ ഓർമ്മിപ്പിക്കുന്നില്ലേ?”

അവൻ അലേനോട് ചോദിച്ചു.

“തീർച്ചയായും. ചാൾസ്.”

“അതെ, ചാൾസ് നമ്മോടൊപ്പമുണ്ട്. അവന്റെ നാടകത്തിന്റെ അവസാനരംഗമാണിത്.”

നിസ്സാരതയുടെ നിറപ്പകിട്ടുകൾ

ആ ഇടവേളയിൽ ഏകദേശം അമ്പതോളം കുട്ടികൾ ആ ആൾക്കൂട്ടത്തിൽനിന്നുമാറി കോറസിലുള്ളതുപോലെയുള്ള ഒരു അർദ്ധവൃത്തമുണ്ടാക്കി. എന്താണ് സംഭവിക്കുന്നതെന്നറിയാനുള്ള ആകാംക്ഷയോടെ അലേൻ അവരുടെ അടുത്തേക്ക് നീങ്ങി. അപ്പോൾ ദർദലൊ റമോങിനോട് പറഞ്ഞു.

"ഇവരുടെ പ്രകടനം ഉഗ്രൻതന്നെ. ആ രണ്ട് കഥാപാത്രങ്ങളും തീർത്തും കുറ്റമറ്റതും. ഇവരൊക്കെ മറ്റ് തൊഴിൽ ചെയ്യാത്തവരാണെന്നതിൽ യാതൊരു സംശയവുമില്ല."

"തൊഴിൽരഹിതർ. നോക്കൂ. അവർക്ക് നാടകത്തിനൊരു സ്റ്റേജിന്റെ ആവശ്യമേയില്ല. പാർക്കിലെ നടപ്പാതകൾതന്നെ ധാരാളം. അവർ നാടകമുപേക്ഷിക്കുന്നില്ല. അവർ ഉന്മേഷത്തോടെയിരിക്കാനാഗ്രഹിക്കുന്നു. ജീവിക്കാൻ വേണ്ടിയവർ പെടാപാട്. അപ്പോഴവൻ സ്വന്തം മാരകരോഗത്തെക്കുറിച്ചോർത്തു. അവന്റെ സങ്കടകരമായ വിധിയെപ്പറ്റി ഓർമ്മപ്പെടുത്താനായി വളരെ പതിഞ്ഞ സ്വരത്തിൽ പറഞ്ഞു:

"ഞാനും അതിനായി പെടപാടുപെടുന്നു."

"എനിക്കറിയാം സുഹൃത്തേ, ഞാൻ നിന്റെ ധൈര്യത്തെ ആരാധിക്കുന്നു." അവന്റെ നിർഭാഗ്യത്തിലും കഷ്ടത്തിലും അവനൊരു താങ്ങാവാനാഗ്രഹിച്ചുകൊണ്ട് റമോങ് പറഞ്ഞു.

"കുറെക്കാലമായി, ദർദലൊ നിന്നോടൊരു കാര്യം പറയാൻ ആഗ്രഹിക്കുന്നു. ഒന്നുമില്ലായ്മയുടെ, നിസ്സാരതയുടെ മൂല്യത്തെപ്പറ്റി."

"പണ്ടൊക്കെ സ്ത്രീകളുമായുള്ള നിന്റെ ബന്ധത്തെപ്പറ്റി മാത്രമായിരുന്നു പ്രധാനമായും ചിന്തിച്ചിരുന്നത്. എനിക്ക് നിന്നോട് ക്വക്ക്ലിക്കിനെപ്പറ്റി പറയണം. എന്റെ നല്ല സുഹൃത്തായ ക്വക്ക്ലിക്ക്. നിനക്കവനെയറിയില്ലെന്നറിയാം. അത് സാരമില്ല. ഈ കാലയളവിൽ നിസ്സാരത പഴയകാലങ്ങളിലുള്ളതിനെ അപേക്ഷിച്ച് തീർത്തും വിഭിന്നമായാണെനിക്കനുഭവപ്പെടുന്നത്. അതിശക്തമായ ഒരറിവിന്റെ വെളിച്ചത്തിൽ പുത്തൻ വെളിപാടുകളുമായി. എന്റെ സുഹൃത്തേ, നിസ്സാരത എന്നത് അസ്തിത്വത്തിന്റെ സത്തയാണ്. അത് നമ്മോടൊപ്പം എങ്ങുമെങ്ങും എന്നെന്നും നിലനില്ക്കുന്നു. ആരും

കാണണമെന്നാഗ്രഹിക്കാത്തയിടത്തും അതുണ്ട്. ബീഭത്സത കളിൽ, രക്തപങ്കിലമായ സംഘട്ടനങ്ങളിൽ, അസഹനീയ മായ ദുരന്തങ്ങളിൽ, എത്രയേറെ നാടകീയമായ സാഹചര്യ ങ്ങളിലായാലും ശരി, അത് മനസ്സിലാക്കാനും അതിനെ ആ പേരുചൊല്ലി വിളിക്കാനുമുള്ള ധൈര്യമാണാവശ്യം. പക്ഷേ, അത് തിരിച്ചറിഞ്ഞതുകൊണ്ട് മാത്രമായില്ല, ആ നിസ്സാര തയെ സ്നേഹിക്കണം, സ്നേഹിക്കാൻ പഠിക്കണം. ഇവിടെ ഈ പാർക്കിൽത്തന്നെ, നമ്മുടെ ചുറ്റുമൊന്ന് നീ കണ്ണ യയ്ക്കൂ. സുഹൃത്തേ, എല്ലാ തെളിവോടും നിഷ്കളങ്കത യോടും സൗന്ദര്യത്തോടുംകൂടി നിനക്കത് ദർശിക്കാം, അതേ അതിന്റെ ഉദാത്ത സൗന്ദര്യത്തോടെ നീ തന്നെ അതേക്കുറിച്ച് പറഞ്ഞതുപോലെ. കുറ്റമറ്റ അവതരണ ത്തോടെ തീർത്തും നിരുപയോഗപ്രദമായി കാരണമറിയാതെ ചിരിച്ചു മറിയുന്ന കുഞ്ഞുങ്ങൾ... അത് മനോഹരമല്ലേ? എന്റെ പ്രിയ ദർദലൊ, നീയത് ഉൾക്കൊള്ളൂ. നിന്നെച്ചുറ്റി യിരിക്കുന്ന ഈ ഒന്നുമില്ലായ്മയെ നീ നിന്നിലേക്ക് ആവാഹിച്ചെടുക്കൂ, അറിവിന്റെ താക്കോലാണത്. സന്തോഷ ത്തിന്റെ താക്കോൽ..."

ഏകദേശം ആ സമയത്ത് അവർക്ക് അല്പദൂരം മുന്നി ലായി, ആ മീശക്കാരൻ കുറുന്താടിവെച്ച മനുഷ്യനെ തോളോടുചേർത്ത് പിടിച്ച് അവിടെ കൂടിനിന്നവരോട് വളരെ മൃദുസ്വരത്തിൽ പറഞ്ഞു:

"സുഹൃത്തുക്കളേ! എന്റെ വയസ്സൻ സുഹൃത്ത് ഇനി യൊരിക്കലും ഫ്രാൻസിന്റെ മഹതികളായ സ്ത്രീകൾക്കു മേൽ മൂത്രമൊഴിക്കില്ലെന്ന് സ്വന്തം ആഭിജാത്യത്തിന്റെ പേരിൽ പ്രതിജ്ഞയെടുത്തിരിക്കുന്നു."

അതുംപറഞ്ഞവൻ വീണ്ടും പൊട്ടിപൊട്ടിച്ചിരിച്ചു. ജന ക്കൂട്ടം കയ്യടിച്ചാർത്തുകൂവി. അപ്പോൾ അമ്മ പറഞ്ഞു.

"അലേൻ, നീ കൂടെയുള്ളത് സന്തോഷമായി മോനേ"

പിന്നെ അമ്മയുടെ സ്വരം ശാന്തവും ആർദ്രവുമായൊരു നേരിയ ചിരിയായി മാറി.

"അമ്മ ചിരിക്കുകയാണോ?"

അലേൻ ചോദിച്ചു. കാരണം, അലേൻ അമ്മയുടെ ചിരി കാണുന്നതും കേൾക്കുന്നതും ഇതാദ്യമായിരുന്നു.

"അതെ."

"എനിക്കും സന്തോഷമായമ്മേ." വികാരാധീനനായവൻ പറഞ്ഞു.

മറിച്ച്, ദർദലൊ ഒന്നും മിണ്ടിയില്ല. നിസ്സാരതയെക്കുറിച്ചുള്ള തന്റെ പ്രശംസ വലിയ സത്യങ്ങളുടെ ഗൗരവങ്ങളോടുമാത്രം ചേർന്നുനില്ക്കുന്ന ആ മനുഷ്യന് രസിച്ചില്ലെന്ന് റമോങിന് മനസ്സിലായി. മറ്റൊരുവിധത്തിൽ അവനെ പറഞ്ഞു മനസ്സിലാക്കിപ്പിക്കാൻ ഒരു ശ്രമം നടത്തി.

"ലഫ്രാങ്കിനെയും നിന്നെയും ഞാനിന്നലെക്കണ്ടിരുന്നു. രണ്ടുപേരും നല്ല സുന്ദരന്മാരായിട്ടുണ്ട്."

അവൻ ദർദലൊവിന്റെ മുഖം ശ്രദ്ധിച്ചു. ഇത്തവണത്തെ അവന്റെ വാക്കുകൾ ഏറ്റിട്ടുണ്ടെന്ന് മനസ്സിലായി. ആ വിജയം അവന് പ്രചോദനമായി. അവന് നല്ലൊരാശയം തോന്നി. നിരർത്ഥകമെങ്കിലും ചേതോഹരമായ കള്ളം കണ്ടുപിടിച്ച്, അതിനെ ഒരു നല്ല സമ്മാനമായി, അധികനാൾ ജീവിച്ചിരിക്കാൻ ഭാഗ്യമില്ലാത്ത ഒരുവന് സമ്മാനിക്കാൻ തീരുമാനിച്ചു.

"നീ ശ്രദ്ധിക്കണം, ആരെങ്കിലും നിന്നെക്കണ്ടാൽ എല്ലാം മനസ്സിലാവും."

"മനസ്സിലാവാനോ? എന്ത്?"

ഉള്ളിലെയാനന്ദം മറച്ചുവെച്ച് ദർദലൊ ചോദിച്ചു.

"നിങ്ങൾ കമിതാക്കളാണെന്ന്. ഇനി നിഷേധിക്കേണ്ട. എനിക്കെല്ലാം മനസ്സിലായി. ഒന്നുകൊണ്ടും വിഷമിക്കേണ്ട. എന്നെപ്പോലെ വിശ്വസിക്കാൻ പറ്റുന്ന മറ്റൊരാളുണ്ടാവില്ല."

ദർദലൊ റമോങിന്റെ കണ്ണുകളുടെ ആഴങ്ങളിലേക്ക് നോക്കി. ഒരു കണ്ണാടിയിലെന്നപോലെ. അവിടെ, മാരക രോഗമുള്ളതെങ്കിലും സന്തോഷവാനായ ഒരാളുടെ ചിത്രം തെളിഞ്ഞു. ഒറ്റനോട്ടത്തിൽത്തന്നെ ഒരിക്കൽപോലും സ്പർശിക്കുകപോലും ചെയ്യാത്ത പ്രശസ്തയായൊരു സ്ത്രീയുടെ, സ്വകാര്യകാമുകനായി മാറിയ ഒരാളുടെ ചിത്രം.

“എന്റെ പൊന്നുസുഹൃത്തേ” എന്ന് പറഞ്ഞുകൊണ്ടവൻ റമോണ്ടിനെ പുണർന്നു. ഈറനണിഞ്ഞ കണ്ണുകളോടെ അതിയായ സന്തോഷത്തോടെ, ഉന്മേഷത്തോടെ അവൻ നടന്നുമറഞ്ഞു.

കുട്ടികളുടെ കോറസ്സ് ഒരർദ്ധവൃത്താകൃതി രൂപപ്പെടുത്തിയിരുന്നു. കോറസ്സ് നയിക്കുന്ന പത്തുവയസ്സ് തോന്നിക്കുന്ന മനോഹരമായി വസ്ത്രധാരണം ചെയ്ത ഒരു കൊച്ചുപയ്യൻ കയ്യിൽ ചെറുവടിയുമായി സംഗീതവിരുന്ന് ആരംഭിക്കുന്നതിന്റെ സൂചന നല്കാൻ തയ്യാറായി നിന്നു.

പക്ഷേ, അല്പനിമിഷംകൂടി അവന് കാത്തിരിക്കേണ്ടിവന്നു. മഞ്ഞയും ചുകപ്പും ചായം പൂശിയ രണ്ട് കുതിരകൾ വലിച്ചുകൊണ്ടുപോകുന്ന ഒരു കൊച്ചുകുതിരവണ്ടി ശബ്ദമുണ്ടാക്കിക്കൊണ്ട് അവരുടെ അടുത്തേക്ക് വന്നുകൊണ്ടിരിക്കുന്നുണ്ടായിരുന്നു. പഴകിയ, ചൂടു കുപ്പായം ധരിച്ച മീശക്കാരൻ അവന്റെ നീളമുള്ള തോക്ക് ഉയർത്തിപ്പിടിച്ചു. കുട്ടിയായ കുതിരക്കാരൻ അയാളെ അനുസരിച്ചുകൊണ്ട് വണ്ടിനിർത്തി. മീശക്കാരനും കുറുന്താടിവെച്ച വയസ്സനും അതിൽ കയറിയിരുന്ന് ജനക്കൂട്ടത്തെ നോക്കി അവസാനമായി അഭിവാദ്യം ചെയ്തുകൊണ്ട് കൈ വീശി. അവരും സന്തോഷത്തോടെ തിരിച്ച് കൈവീശിയപ്പോൾ കുട്ടിക്കോറസ്സ് ഫ്രഞ്ച് ദേശീയഗാനമായ ലമർസ്സയേഴ്സ് പാടിത്തുടങ്ങി.

ആ ചെറിയ കുതിരവണ്ടി വീതിയുള്ള നടപ്പാതയിലൂടെ നീങ്ങി നീങ്ങി ല്യൂക്സാംബുർഗ് പൂന്തോട്ടം കടന്ന് പാരീസ് തെരുവുകൾ താണ്ടിത്താണ്ടി പതുക്കെപ്പതുക്കെ അകന്നകന്നുപോയി. ■

www.ingramcontent.com/pod-product-compliance
Lightning Source LLC
LaVergne TN
LVHW041611070526
838199LV00052B/3096
* 9 7 8 9 3 8 7 3 5 7 0 9 9 *